mong manh
một hơi thở

VĂN CÔNG TUẤN
Mong manh một hơi thở
Lời giới thiệu: Hòa thượng Thích Như Điển
Lời bạt: Nguyên Minh Nguyễn Minh Tiến

Biên tập và trình bày: Nguyễn Minh Tiến
Thiết kế bìa sách: Họa sĩ Đình Khải

ISBN: 979-8-2955-1307-7

+ Viên Giác Tùng Thư
+ United Buddhist Publisher - 2026

NGUYÊN ĐẠO VĂN CÔNG TUẤN

mong manh

một hơi thở

tản văn - truyện ngắn

VIÊN GIÁC TÙNG THƯ
2026

MỤC LỤC

LỜI GIỚI THIỆU

Hòa Thượng Thích Như Điển

Kinh Đại Bảo Tích, Tập 6, quyển thứ 95, phẩm thứ 27: "Pháp hội Thiện Thuận Bồ Tát". Nội dung được tóm tắt như sau:

Tại thành Kosala (La Duyệt) có Kỳ Viên Tịnh Xá; nơi Trưởng Giả Cấp Cô Độc và Thái Tử Kỳ Đà xây dựng để hiến cúng cho Đức Phật và chư Tăng tu tập như hành thiền, thuyết pháp v.v... trong chúng hội có một vị Bồ Tát tên là Thiện Thuận. Ngài thực hành thiền định, Bồ Tát hạnh và 37 phẩm trợ đạo rất miên mật. Chư Thiên ở các cõi trời cùng với Đế Thích thấy Ngài tu hành tinh tấn chẳng biếng lười; nên mới tạo ra nhiều thử thách.

Những gì thuộc về tài, sắc, danh, thực, thùy đều đã được các thiên chúng hóa hiện để thử lòng Ngài; nhưng Ngài Thiện Thuận vẫn vững trụ với tâm đại định không lay chuyển qua việc thực hành lục độ Ba La Mật. Cuối cùng Đế Thích cho những người vợ của mình hoá hiện thành những tiên nữ vô cùng xinh đẹp đến dụ dỗ Ngài Thiện Thuận; nhưng vẫn không chinh phục được Ngài. Tâm của Ngài Thiện Thuận rỗng lặng như hư không, dường như chưa có một việc vì xảy đến với mình trong khi tu tập, hành trì cả.

Một hôm Ngài đi vào thành Xá Vệ để khất thực. Trên đường đi Ngài nhặt được một cái linh báu. Linh này có giá trị lớn hơn cả cõi Diêm Phù. Ngài không muốn giữ lại cho mình, mà có lời rao báo khắp nơi như sau: "Ở trong thành Xá Vệ này, nếu ai là kẻ nghèo nhất thì đến đây, ta sẽ tặng cho linh báu này". Thế là có nhiều người nghèo trong thành vây quanh Ngài để xin. Trong những người nghèo đó có người đến thưa rằng: "Kính bạch Đại Sư, con là người nghèo nhất trong thành này. Vì áo quần không có mặc, cơm không có ăn và chắc rằng ở đây không có ai nghèo hơn con cả. Xin Ngài bố thí cho con cái linh ấy để con đổi lấy gạo cơm sống qua ngày". Bồ Tát Thiện Thuận nghe vậy rất mũi lòng, nhưng trả lời rằng: "Trong thành này có người còn nghèo hơn ông nữa".

Mọi người ngơ ngác nhìn Ngài và hỏi rằng:

- Thưa Ngài: Là ai vậy?

- Đó là nhà vua Ba Tư Nặc!

Mọi người nghèo vây quanh Ngài sửng sốt và thưa rằng:

- Vua Ba Tư Nặc là người giàu nhất xứ này mà! Thưa Ngài.

- Không! Chính vua mới là người nghèo nhất, nên ta muốn trao linh báu này đến nhà vua. Sau đó mọi người hỏi Ngài nguyên nhân tại sao?

Ngài Bồ Tát Thiện Thuận trả lời rằng:

- Thật ra những gì mà vua Ba Tư Nặc có là do uy quyền trấn áp dân chúng để có được tiền bạc, ngọc ngà châu báu; chứ không phải do tự mình làm ra. Dân chúng khổ sở trong thành kêu ca không ngớt; nhưng nhà vua đâu hề biết, chỉ lo thâu tóm do lòng tham của, tham tình nên bao nhiêu tài sản của nhân dân hiến dâng, nộp thuế cũng không đủ và bao nhiêu mỹ nữ giai nhân được thâu nạp vào cung, vua cũng chưa mãn nguyện. Như vậy vua Ba Tư Nặc nghèo hơn cả quý vị ở đây...

Mọi người nghèo nghe có lý và bàn tán với nhau về câu chuyện này. Dần dà đến tai vua và vua cho triệu Bồ Tát Thiện

Thuận vào cung và hỏi rằng: "Ngài căn cứ vào đâu và ai là chứng nhân, bảo rằng Trẫm đây nghèo nhất trong thiên hạ?"

- Thưa Đại Vương! Tôi có chứng nhân. Đó là Đức Bổn Sư Thích Ca. Tuy Ngài đang ngự tại Hương Thất trên Linh Thứu Sơn, nhưng Ngài đã biết được những gì đang xảy ra tại đây.

Khi Ngài Thiện Thuận vừa nói xong thì Đức Phật hiện ra trước mặt nhà vua và giải thích điều nghi như sau:

- Thưa Đại Vương! Những gì Đại Vương suy nghĩ không sai, vì đem của cải vật chất của thế gian để so sánh thì không ai giàu hơn Bệ Hạ cả; nhưng tất cả những của cải ấy đều bị vô thường biến đổi, có đó rồi mất đó, ngay cả thân thể của chúng ta hay sắc đẹp của mỹ nhân một mai đây cũng sẽ không còn tồn tại nữa; nên rõ ràng là nhà vua sẽ nghèo hơn bất cứ ai trong thành này, khi cơn vô thường đến. Còn Thiện Thuận Bồ Tát ở đây suốt đời hành trì lục Ba La Mật cũng như 37 Phẩm Trợ Đạo, phát sanh trí tuệ qua thiền định và những tư lương này sẽ không bao giờ mất bởi sự vô thường sanh diệt; nên bất cứ ai có hành trì theo giáo pháp của ta, thành tựu sở tu, sở chứng thì người đó sẽ là những người giàu có nhất trong thế gian này...

Sau khi nghe lời dạy của Đức Phật như thế, vua Ba Tư Nặc xin quy y Tam Bảo và phát nguyện đem của cải có được chia ra làm ba phần như sau:

* Một phần dâng cúng lên Đức Phật và chư Tăng

* Một phần bố thí cho những người nghèo cùng khổ não không nơi nương tựa trong thành Xá Vệ

* Và một phần còn lại để dùng vào việc nước.

Phẩm Kinh này rất ngắn so với nhiều phẩm khác trong 9 tập của Kinh Đại Bảo Tích, nhưng ý nghĩa vô cùng thâm sâu.

***

Phật tử Nguyên Đạo Văn Công Tuấn - hiện là Chủ bút báo Viên Giác; một tờ báo Đạo xuất bản tại Đức bắt đầu từ ngày 1 tháng 1 năm 1979, tính cho đến nay (2026) là 47 năm trường, đã qua 271 số. Đây là một trong những tờ báo đạo lâu đời nhất trong và ngoài nước. Báo ra mỗi hai tháng một số, đều đặn như vậy chưa gián đoạn kỳ nào. Nguyên Đạo vốn là kỹ sư, từng là giảng viên trợ giáo Đại học Kiel, làm việc tại Bệnh viện Đại học Tiểu bang Schleswig-Holstein Đức quốc, và là một Phật tử thuần thành, xuất thân từ gia đình kính tín Tam Bảo tại Xuyên Mỹ, Duy Xuyên, Quảng Nam đã hơn sáu mươi năm qua.

Những bài viết trong tập "Mong Manh Một Hơi Thở" có một số đã đăng trên báo Viên Giác hoặc những tờ báo khác ở hải ngoại trong thời gian qua. Hôm nay, tác giả gom lại thành sách, như gửi một làn gió nhẹ thổi đi khắp nơi, như những hơi thở ra - hơi thở vào giữ nhịp cho hai lá phổi.

Cuộc đời mong manh như tơ trời, nhưng trong cõi hư không ấy vẫn còn dấu chim bay. Ước mong qua những trang sách này, độc giả có thể cùng tác giả lần bước theo học hạnh của Bồ-tát Thiện Thuận: thực hành Bát-nhã, Lục độ, 37 phẩm trợ đạo - đúng như lời Đức Phật đã dạy ở trên.

Có đó mà như không; không mà vẫn hiện hữu.

Xin trân trọng giới thiệu tác phẩm này đến quý độc giả bốn phương. Hãy lần giở từng trang, để tự mình cảm nhận: mỗi hơi thở của đời người dài ngắn được bao lâu.

Đại Tự Khánh Anh, Evry, Pháp Quốc cuối năm 2025
vào một sáng mùa Đông lạnh giá.
Phương Trượng Tổ Đình Viên Giác Hannover, Đức Quốc
Sa Môn Thích Như Điển

Để nhớ hai anh
Nguyên Trí & Nguyên Tánh
của Nhóm Tứ Nguyên

Kính thương
Nguyên Minh & Nguyên Đạo

ĐỀ TỪ

Cuốn sách này được viết ra trong thời khoảng giữa những nốt lặng của khúc nhạc đời mình. Giữa bận rộn và lặng yên, giữa mất và còn, giữa những ngày tưởng như bình thường nhưng lại chất chứa nhiều ngổn ngang không thể nói hết.

Có những lúc, mớ ưu tư day dứt ấy đi qua đời sống như những thói quen. Ta thở, nhưng không còn để ý đến hơi thở. Ta sống, nhưng không kịp dừng lại để hỏi mình đang sống ra sao. Những trang viết này bắt đầu từ những khoảnh khắc như thế - vào lúc bất chợt nhận ra có một cơn gió thoảng qua, nhìn thấy một chiếc lá rơi xuống, cảm được một câu chuyện nhỏ khẽ chạm vào lòng.

Đây không phải là một cuốn sách để tìm câu trả lời. Cũng không nhằm đưa ra một cách sống đúng. Những gì có trong sách chỉ là những ghi chép rời rạc của một người đi chậm, nhìn lâu, và có đôi khi dừng lại quá lâu trước những điều tưởng như rất quen.

Gió đến rồi đi. Lá rơi rồi mục. Người đến rồi rời. Giữa những đổi thay ấy, điều mong manh nhất có lẽ không phải là những gì còn lại trên đời, mà là khả năng nhận ra mình đang hiện hữu - trong một hơi thở.

Khi bạn mở cuốn sách này ra, mong bạn đừng vội. Có thể đọc từng đoạn, cũng có thể bỏ dở giữa chừng. Bạn có thể gặp lại chính mình trong một câu chữ nào đó, hoặc không gặp gì cả. Điều ấy không quan trọng.

Chỉ mong, trong lúc đọc, ở đâu đó giữa những dòng chữ, bạn chợt nhớ đến hơi thở của mình - rất khẽ, rất gần - và biết rằng, ngay lúc này, ta vẫn còn ở đây. Bên nhau.

Tác giả cẩn chí.

Kiel, Đức Quốc - Xuân Bính Ngọ

Phần I

ĐẤT & TRỜI

Phần Đất Dưới Chân Người

Truyện sử

[1]

Đêm Chia Ly

Một đêm huyền mặc năm xưa. Đã lâu lắm.

Mảnh trăng non lặng lẽ treo trên ngọn cây sa-la già cỗi. Gió rì rào như lời tiễn biệt của đất trời. Trong bóng tối yên tĩnh một người con trai vương giả, Thái tử của thành Ca-tỳ-la-vệ đã lặng lẽ rời khỏi cung điện. Ngựa Kiền Trắc nhẹ bước qua cổng thành trong khi nhân gian còn say đắm trong giấc ngủ. Và trong giờ khắc ấy, một cuộc chia tay vĩ đại đang bắt đầu.

Không ai biết để tiễn chân chàng đi. Không một ai nói lời chào tạm biệt. Duy chỉ có một người còn thức, nhưng cũng vẫn lặng yên, không lên tiếng...

Tất-đạt-đa, tên chàng - lặng lẽ ra đi, hành trang chỉ là một chiếc áo bào đơn sơ và một khát khao mãnh liệt. Đi tìm sự thật, tìm con đường để thoát khỏi khổ đau... Đó không phải là cuộc đào thoát, mà là một hành trình can đảm, từ bỏ cái hữu hạn để chạm đến cái vô biên.

Đêm vắng lặng như tờ. Trong cung, ánh đèn đã tắt gần hết. Chỉ còn vài tia le lói đằng sau tấm rèm. Vợ chàng, Công nương Da-du-đà-la vẫn nằm đó. Rèm buông nhẹ, che khuôn mặt có đôi mắt đang cố nhắm lại - không phải vì giấc ngủ, mà để giấu đi sự thật đã biết trước và sự đồng tình thầm lặng.

Từ rất lâu, nàng đã biết rõ. Từ những lần chàng ngồi hàng giờ bên hiên, lặng nhìn chiếc lá rơi. Từ ánh mắt sâu hun hút của những câu hỏi không lời, từ cái nắm tay trìu mến rồi bỗng dưng siết chặt hơn, lâu hơn... như muốn nói điều gì thêm - nhưng vẫn câm lặng. Da-du-đà-la biết rằng người nàng yêu không còn thuộc về thế giới của quyền quý vương giả này nữa. Trái tim chàng đã cất bước đi xa, rất xa - trước cả khi đôi chân nọ rời khỏi cung thành. Trái tim ấy là trái tim ôm cả thế giới ngoài kia, ôm cả nhân loại. Và cả những con thú, cả chú chim..., cả những con ốc, con sên, lũ côn trùng đang ca hát hằng đêm trong vườn thượng uyển.

Tuy vẫn thức, nhưng nàng đã không nói. Không khóc. Không níu giữ. Nàng chỉ giả vờ nhắm mắt ngủ - như thể nếu mở mắt, thì khoảnh khắc ấy sẽ không thành sự thật.

Nằm yên bất động, xoay lưng lại phía chàng, đôi mắt nàng khép hờ. Nhưng thật ra, trong những giây phút cuối cùng ấy, trái tim nàng đang đập rõ từng nhịp chậm, nặng nề như tiếng bước chân sắp rời xa. Nàng đã nghe rõ tiếng vải áo khẽ sột soạt khi chàng cúi xuống nhìn rõ mặt đứa con trai lần cuối. Một chút ngần ngừ, rồi lại im lặng. Mỗi giây trôi qua, nàng đều tưởng tượng ra dáng hình chàng: đang quay đầu nhìn, muốn nói lời thầm thì gì đó, rồi lại thôi.

"Lẽ ra mình cũng nên nói lời tạm biệt", nàng đã nghĩ vậy, nhưng rồi vẫn im lặng. Không phải vì không yêu. Càng không phải vì không đau. Mà bởi vì nàng hiểu: khi ai đó đã chọn con đường ra đi, thì tình yêu không nên là sợi dây trói buộc. Thứ duy nhất nàng có thể trao cho chàng lúc đó - là tự do. Và một chút bình yên cuối cùng...

Khi Tất-đạt-đa cúi xuống hôn gió lên mái tóc, thì một giọt nước mắt của nàng đã kín đáo trào ra khóe mắt. Vẫn cố không một tiếng nấc, nhưng trong cái im lặng ấy, là trái tim một người vợ đang âm thầm tiễn đưa người chồng yêu quý của đời mình đi vào cõi mênh mông - để rồi một ngày kia, sẽ trở về với ánh sáng giác ngộ.

Cánh cửa phòng khẽ mở. Một làn gió lạnh tràn vào. Chàng bước ra đi. Nhẹ nhàng. Và nàng, vẫn nằm yên đó. Bất động, đôi mi run nhẹ.

Và rồi... khi tiếng vó ngựa đã khuất hẳn sau rặng đồi, khi cánh cổng cung thành âm thầm khép lại, Da-du-đà-la mới ngồi dậy - như một chiếc lá rơi khỏi cành, không thể gắng gượng nổi trước cơn gió số phận.

[2]

Người Ở Lại

Nàng chậm rãi bước đến cuối phòng, nơi ánh trăng nghiêng qua khung cửa, hắt xuống nền nhà vắng lạnh. Nhìn ra khoảng không xa xa, nàng ôm mặt nức nở...

Giờ phút này, nàng không còn là người vợ quý tộc kiêu hãnh, không còn là công nương đoan trang của dòng họ Thích-ca.

Giờ phút này nàng chỉ là một người đàn bà yêu đến tận cùng và đang mất đi một điều không có thể giữ. Nàng khóc cho chàng - người đã chọn con đường không thể quay đầu. Nàng khóc cho chính mình - kẻ ở lại, gánh lấy nỗi chia ly không tên, không lời hứa hẹn trở về. Và nàng cũng khóc cho Rahula - đứa con còn thơ dại, sẽ lớn lên giữa cung điện không cha. Nhưng trong tận cùng nỗi đau, không một lời oán trách.

Người đời sau có khi nhắc đến nàng như người vợ bị lãng quên. Nhưng kỳ thực, nàng là chứng nhân lặng lẽ của một huyền thoại, là người đã âm thầm tự nguyện gánh lấy phần đau để lúc ấy chàng có thể nhẹ bước ra đi. Ra đi tìm ánh sáng của con đường thoát khổ cho muôn loài.

Đêm hôm đó, sau khi bước chân chàng rời khỏi hoàng thành, những giọt nước mắt nàng đã âm thầm rơi rất lâu. Những giọt lệ ấy, không vì nỗi niềm riêng, mà vì tình yêu đã chạm đến tận cùng của sự hy sinh. Trên đôi môi đã nhạt phai son phấn ấy toát ra những lời thì thầm - dịu dàng, tha thiết, cao cả... giữa đêm sâu:

"Cầu mong chàng ra đi bình an...
Nếu sau này chàng đạt được điều mình hằng mong trên con đường gian nan,
Thì xin hãy nhớ, đã có em hôm nay đây... sẽ luôn dõi theo từng bước chân người..."

Tiếng nói trở giọng thành khô và quả quyết hơn:

"...Và nếu có ngày thời gian trôi quá nhanh,
Em không còn kịp chờ chàng nữa,
Thì đứa con này - giọt máu của em và người -
Sẽ thay em yêu thương chàng,
Sẽ thay em đợi chờ..."

Gió đêm khẽ lay cánh rèm thưa như đáp lại. Nàng ngả người xuống chiếc giường trống, nơi chiếc gối vẫn còn vương chút hơi ấm quen thuộc của chàng. Một chút dư hương. Một chút dấu vết.

Nỗi đau của nàng không cần phải bật thành tiếng khóc lớn. Nó ngấm vào từng hơi thở, từng mạch máu - âm ỉ, như một đốm lửa nhỏ đã tàn nhưng tro vẫn còn nóng ấm.

[3]

Giằng Xé Và Tỉnh Thức

Trong khoảnh khắc ấy, nàng chợt hiểu: Có nhiều khi, sự chia ly không cần lời từ biệt, bởi nó sâu sắc đến mức mọi ngôn từ đều trở nên tầm thường.

Rồi nàng thầm thì: *"Người đang đi tìm con đường giải thoát, thì Da-du này nguyện gánh lấy phần trần gian còn lại. Đợi chờ. Nuôi dưỡng. Giữ gìn ký ức ấy, như giữ một ngọn lửa thiêng - dù chỉ lập lòe - giữa đêm dài của kiếp người."*

Ở chiếc nôi nhỏ kế bên, Rahula vẫn đang ngủ say, cuộn tròn trong lớp vải mềm, ngực phập phồng theo nhịp thở ngây thơ. Đứa bé không biết rằng, trong chính đêm nay, cuộc đời nó đã rẽ một hướng khác. Đêm nay, bên nó vắng đi hình bóng một người cha - không phải vì cái chết, mà vì một cuộc khởi đầu đang vận hành. Một người cha đã rời đi không phải để lẩn tránh trách nhiệm, mà để gánh lấy nỗi đau cho cả thế gian, để tìm ra con đường mà sau này chính Rahula sẽ bước theo - không như một hoàng tử nối ngôi vua, mà là một vị sa môn nối gót Phật Đà.

Da-du-đà-la bước đến bên nôi, ôm con vào lòng. Nàng thì thầm vào đôi tai nhỏ bé kia, những lời hát ru chẳng cần đứa bé hiểu, nhưng cần chính nàng được cất tiếng lên, khe khẽ:

"À ơi...
Con ơi con ngủ cho say,
Cha con cất bước đường mây cứu đời..."

Trong bóng tối lặng như tờ, nàng nhắm mắt lại và thấy hiện lên hình ảnh của một đêm trăng năm xưa - khi Tất-đạt-đa lần đầu nắm tay nàng, bàn tay ấm áp và mềm mại, như hứa hẹn cả một đời bình yên. Nàng nhớ tiếng chàng đọc Kinh

Vệ-đà dưới hoa, nhớ ánh mắt mơ hồ của chàng mỗi lần nhắc đến nỗi khổ sinh lão bệnh tử mà chàng đã nhìn thấy trên đường hôm đi dạo. Nàng, và cả hoàng cung đã từng nghĩ và tin rằng: tình yêu là vũ khí duy nhất có thể giữ chân chàng lại. Nhưng không - có những con người sinh ra là để ra đi, để tìm kiếm những điều vượt khỏi cả ái tình, quyền lực và gia đình.

Nàng thì thầm:"Thiếp không trách, chỉ mong một ngày kia Người đạt tới giác ngộ, hãy quay về độ đứa con này. Nó là sợi dây cuối cùng nối Người với thế gian".

Nàng lại ôm chặt Rahula trong vòng tay, như ôm lấy chút hơi ấm còn sót lại của cuộc đời.

Căn phòng giờ đây quá yên tĩnh. Không chỉ vì người đã đi khuất sau tường thành khiến lòng nàng đau, mà còn vì chính cái im lặng ấy - cái im lặng khiến nàng cảm giác như mình đang bị mất đi quyền được biết, được tiễn, được khóc..., dù tự nguyện hay không.

Chính trong im lặng đó, nỗi giằng xé như muốn vỡ tung ra! Một bên là tình cảm người vợ - người đã từng được yêu, được chạm vào bờ vai ấy, được nghe tiếng thở ấm áp bên tai; đã từng ước mơ về những mùa trăng cùng nhau già đi, nuôi con, nhìn thế gian đổi thay trong vòng tay nhau. Một bên là sự thấu hiểu - rằng thế gian không chỉ có riêng mình; rằng nếu ta cứ ôm giữ người mình yêu cho riêng mình, thì làm sao thế giới có được ánh sáng đạo mầu?

Nàng thấy mình lạc lõng, như đang đứng giữa hai vai diễn. Một là người giữ ngọn lửa đang dần tắt, cho kỳ vọng truyền ngôi vua của Phụ hoàng; và một là người lặng thinh trước một vầng nhật nguyệt vừa mọc lên từ trái tim nhân loại.

Đôi khi chạnh lòng, nàng chỉ muốn níu kéo chút thời gian bên chàng, trì hoãn cuộc tiễn biệt. Nhưng rồi, lại hiện về dáng Người, ngồi trầm tư nơi góc sân, lặng nhìn mây trôi. Người, với ánh mắt buồn xa - như nâng niu cả nhân sinh trong ánh nhìn tĩnh lặng và từ ái. Và nàng hiểu: Người ra đi, không phải vì hết yêu nàng. Người ra đi, vì tình yêu ấy không thể chỉ dành riêng một mình nàng nữa.

Ngoài kia, ánh trăng vẫn sáng như đêm trăng đầu tiên họ gặp nhau năm nào - cũng chính trong khu vườn hoàng gia êm ả này...

[4]

Chuyển Hóa Của Tình Yêu

... Và rồi, sau nhiều đêm trăng im lặng như thế. Sau biết bao lần trăn trở, Da-du-đà-la dần nhận ra một điều: "Yêu một người vĩ đại, cũng là học cách để buông tay một cách vĩ đại".

Nàng đã không còn hỏi "Tại sao?" nữa. Cũng không cần một lời tạ lỗi hay hứa hẹn. Điều nàng giữ lại cho riêng mình không phải là thân xác Người - mà là tấm lòng, là phần hồn ngày xưa từng thuộc về nhau. Nó vẫn lảng vảng, đâu đó trong gió trong mây, trong mắt đứa bé mang dáng hình của cả hai. Tình yêu của nàng không còn là sự đợi chờ sau cánh cửa - mà là một tình yêu biết đứng dậy sau mất mát, biết giữ ngọn đèn nhỏ sáng trong đêm, không để dập tắt.

Trong khoảnh khắc ấy, Da-du-đà-la không còn là người vợ bị bỏ lại sau lưng. Nàng trở thành một phần của con đường Người đi - lặng lẽ, không tên tuổi, nhưng sâu sắc. Và có thật!

Có những tình yêu cao thượng, không phải để giữ lấy, mà để trở thành phần đất dưới chân người mình yêu - để họ thong dong bước đi. Nỗi đau của nàng không mất đi - nó đã biến dạng. Đã hóa thân. Đã thăng hoa.

Như nước mắt đã hóa thành dòng suối mát, như nỗi nhớ hóa thành lời ru cho đứa con. Và trong mỗi giây phút nàng sống tiếp, không còn là để chờ đợi, mà là để tiếp nối một con đường thầm lặng. Và cần thiết!

Nàng cần ở đó để chu toàn bổn phận người mẹ. Rahula lớn dần trong hơi thở ấy. Có khi nó hỏi, "Cha con đâu?" Nàng mỉm cười, "Cha con đang đi tìm một điều gì đó, lớn hơn tất cả mọi lời giải thích". Rồi nàng lại lặng lẽ ôm con vào lòng - như ôm lấy phần ký ức chưa bao giờ tàn lụi. Nàng đã sống tỉnh thức giữa nỗi buồn mà không bị nhận chìm trong đó. Giống như một bông sen không cần chọn ao hồ, cứ thế mà vươn lên giữa ánh nắng ban mai.

Trong sự im lặng ấy, nàng hiểu rõ hơn về lẽ vô thường, rằng mọi chuyện xảy ra trong đời này - gặp gỡ hay chia xa - đều có nhân duyên từ rất lâu. Có thể là từ những kiếp xa xưa nào đó chưa kịp nhớ tên...

Mọi cuộc chia ly đều mang theo một hạt mầm mới - để tạo nên một nhân duyên mới. Chỉ chờ thời gian chín muồi để đâm chồi.

[5]

Giác Ngộ Trong Lặng Lẽ

Thời gian lặng lẽ chảy trôi, như áng mây qua đỉnh núi.

Thấm thoắt đã hơn mười năm! Dài hơn một kiếp đợi, mà ngắn hơn một sát-na thiền định.

Một buổi sớm mai, khi sương còn đọng nhẹ trên ngọn cỏ và chim rừng còn líu lo giữa cành, có hai người đàn bà lặng lẽ bước bên nhau ở bìa rừng - nơi đó có một Ni viện nhỏ bên bờ suối vắng. Không còn xiêm y lộng lẫy, không còn trâm ngọc hay quyền uy hoàng cung, giờ đây cả hai đều khoác chiếc y vải mộc mạc, chân mang dép cỏ và bước đi thong thả trong sự an hòa.

Một trong họ khẽ lên tiếng, giọng vẫn còn e dè như khi còn trong cung:

- Thưa Công nương...

Người kia, Da-du-đà-la quay sang, ánh mắt hiền hòa mà kiên định:

- Đã nói, từ nay xin đừng gọi ta là Công nương nữa. Hãy gọi ta là bạn đồng tu... là thiện hữu, là hành giả...

Người cung nữ xưa cúi đầu, mỉm cười rưng rưng:

- Dạ... thiện hữu! Thật lòng con chưa quen, nhưng được gọi như vậy, con cảm thấy lòng nhẹ hơn.

Da-du-đà-la mỉm cười, giọng nàng êm đềm như tiếng suối chảy:

- Ngày xưa ta ở trong cung, tưởng như hạnh phúc. Nhưng hóa ra chỉ là chiếc bóng. Giờ đây, dù chỉ có chiếc bát gỗ và gối cỏ, tâm lại nhẹ như mây.

Người cung nữ xưa nhìn nàng đầy ngưỡng mộ:

- Con chưa từng thấy ai có thể buông bỏ được như người. Chính sự yên tĩnh của người khiến con quyết tâm theo bước, tìm lối ra khỏi bến mê.

Da-du-đà-la khẽ gật đầu, bàn tay nàng đặt nhẹ lên vai người bạn cũ:

- Chúng ta đều là hành giả, đều là kẻ đang học cách lặng im mà buông xuống từng nắm chấp niệm. Hãy giữ tâm như hồ thu, phản chiếu mà không dính mắc.

Hai người lặng bước trong nắng mai. Giữa họ không còn là chủ - tớ, công nương - cung nữ, mà là hai hành giả, đồng hành trên con đường tỉnh thức. Dù mỗi người mang một đoạn quá khứ khác nhau, giờ đây, họ đã cùng có mặt cho nhau trong hiện tại - nơi không còn tên gọi nào cần níu giữ.

***

Da-du-đà-la, sau những năm tháng âm thầm nuôi con, giữ đạo làm người và dõi theo bước chân bậc Đại giác, đã đủ nhân duyên để xuất gia, trở thành một trong năm trăm vị Tỳ-kheo-ni đầu tiên dưới sự hướng dẫn của Đức Phật.

Nàng tu hành tinh tấn, với tâm nguyện dứt sạch mọi ái nhiễm, buông xả cả hình bóng những điều từng thân thuộc nhất. Giới đức thanh tịnh, trí tuệ sáng ngời, nàng không chỉ là biểu tượng của một người vợ vĩ đại, mà còn là hiện thân của lòng từ bi chuyển hóa qua vô lượng kiếp.

Và rồi, trong một buổi thiền tọa dưới cội cây im lặng giữa rừng sâu, khi công đức và trí tuệ đã viên mãn, Tôn giả Da-du-đà-la đã chứng đắc Thánh quả A-la-hán - hoàn toàn giải thoát khỏi vòng sinh tử luân hồi.

Tên nàng được tôn kính nhắc đến trong hàng ngũ những vị A-la-hán Ni - không phải như một cái bóng sau lưng Đức Phật, mà là một ánh sáng riêng, dịu dàng, kiên cường, lặng lẽ mà chói lọi.

Và từ đó về sau, mỗi khi người ta nói về Tất-đạt-đa - bậc Đạo sư vĩ đại, người ta cũng sẽ nhớ đến Da-du-đà-la - người đã bước đi một con đường không kém phần can đảm: con đường ở lại, con đường buông xuống bằng trái tim biết yêu mà không cần níu giữ./.

Hamburg, Đức quốc
- Mùa Phật Đản Pl. 2569.

Nhân kỵ nhật Sư bà thượng Diệu hạ Tâm

CHÚ GIẢI LỊCH SỬ

Da-du-đà-la (Yaśodharā), tên đầy đủ là Bhadra-kaccānā, là vợ của Thái tử Tất-đạt-đa và mẹ của Rahula. Nàng xuất thân từ dòng họ Thích-ca, là người đồng tộc với Thái tử và nổi tiếng về đức hạnh, sự tinh tế và trí tuệ.

Khi Thái tử rời cung thành xuất gia vào năm 29 tuổi, nàng không níu giữ, không oán trách - âm thầm ở lại giữa hoàng cung nuôi dạy Rahula bằng tình yêu đã được chuyển hóa thành niềm tin. Sáu năm sau, khi Đức Phật thành đạo; và khoảng năm năm sau đó Ngài quay trở lại thành Ca-tỳ-la-vệ thuyết pháp cho hoàng gia và phụ thân Tịnh Phạn Vương. Dịp này, di mẫu của Ngài - Kiều-đàm-di - là người đầu tiên xin xuất gia. Ban đầu, Đức Phật không chấp nhận. Nhưng sau ba lần tha thiết cầu thỉnh cùng sự khẩn khoản của Tôn giả Ananda, Ngài đồng ý thành lập Ni đoàn - cho phép nữ giới được xuất gia, trở thành Tỳ-kheo-ni dưới tám điều luật đặc biệt (Bát kính pháp). Da-du-đà-la là một trong những người phụ nữ đầu tiên theo bước chân này. Sau khi được chấp thuận xuất gia, nàng tu tập miên mật, sống đời phạm hạnh thanh cao và cuối cùng chứng quả A-la-hán - giải thoát hoàn toàn khỏi vòng luân hồi sinh tử.

Trong giáo sử Phật giáo, nàng không chỉ là hình tượng của người phụ nữ hy sinh mà còn là biểu tượng cho tình yêu chuyển hóa thành trí tuệ, cho sự giác ngộ trong im lặng. Nàng là "người ở lại", nhưng không bị bỏ lại - là người đã lặng lẽ đi song song bên bậc giác ngộ, bằng một hình thức khác, một hướng khác - không bằng hào quang, mà bằng ánh sáng nội tâm.

Phần tâm lý nhân vật trong truyện này là hoàn toàn hư cấu - cơ sở dựa theo hai tác phẩm văn học: Đường Xưa Mây Trắng của Thiền sư Nhất Hạnh (Lá Bối - San Jose, 1989) và Tiếng Than Của Người Vợ Trẻ của Sư Bà Thể Quán (Viên Giác - Đức quốc tái bản 1986).

Hợp Âm Nhân Đạo

Tản văn

DẪN TỪ

Những buổi trưa Sài Gòn đầu thập niên 1970, có hôm nắng nóng đến mức tưởng như thời gian cũng lười chuyển động. Thành phố nằm yên lim dim giấc ngủ trưa. Trong Phòng Âm Nhạc của Đại học Vạn Hạnh - nơi tôi thường tìm đến để trốn nắng và nghe nhạc (căn phòng duy nhất có gắn máy lạnh để bảo quản nhạc cụ và dàn máy do anh Phạm Trung Cang quản lý; giờ nghỉ trưa cửa đóng kín chỉ một vài nhân viên được vào) - vang lên tiếng đàn dương cầm của Thầy. Những khúc Beethoven. Thầy tận dụng những giờ trưa vắng để tập đàn. Khi ấy, tôi còn rất trẻ - một sinh viên nghèo gốc miền Trung, chưa từng biết đến nhạc cổ điển Tây phương. Tôi không hiểu hết những hợp âm ấy nói gì, chỉ lặng nhìn đôi tay Thầy lướt trên phím đàn, và cảm nhận mơ hồ rằng có điều gì rất lớn đang khẽ chuyển mình trong từng nốt nhạc.

Nhiều năm sau, khi đã sống ở châu Âu và trong sinh hoạt của gia đình có ít nhiều gắn bó với âm nhạc, tôi dần hiểu thêm về nhạc cổ điển Tây phương. Ngồi nghe Giao hưởng Eroica tại Elbphilharmonie Hamburg lần này, tôi chợt nhận ra những hợp âm ấy với tôi không chỉ thuộc về Beethoven, mà còn thuộc về Thầy - người đã gieo vào tôi niềm tin rằng âm thanh có thể mở ra những cánh cửa trong tâm hồn.

Hôm nay sắp đến Lễ Đại Tường của Thầy, tôi viết những dòng này như một khúc tưởng niệm - như thể trong tiếng nhạc ấy, tôi vẫn nghe thấy bước chân Thầy trở về, cùng Beethoven, giữa biển và người.

Đây cũng là một trong những kỷ niệm hiếm hoi tôi còn giữ được với Thầy - Thầy Tuệ Sỹ - trong những ngày đẹp sống gần Thầy ở Nội Xá Đại học Vạn Hạnh Sài Gòn.

Con đang nhớ Thầy lắm.

Những Con Tàu Và Bờ Bên Kia

Có những chuyến đi không mang theo hành lý, chỉ mang theo một âm thanh. Nhà soạn nhạc đại tài Ludwig van Beethoven đã viết về một chuyến đi như thế - một hành trình không hướng về đích, mà hướng vào tận cùng sâu thẳm của con người. Ông đặt tên cho nó là Eroica.

Tối ấy, thành phố cảng Hamburg ướt và ẩm giống như có ai đó vừa rũ xuống một tấm mền mưa khổng lồ lên sông Elbe. Mùi rong rêu từ nước quyện với tiếng gió len qua những mái nhà gạch đỏ. Trên con đường vắng lát đá, ánh đèn vàng hắt xuống phản chiếu lấp lóa như hàng ngàn mảnh ký ức vụn. Tôi bước chậm lại vì muốn nghe rõ được tiếng giày mình gõ lên mặt đường - như nhịp mở đầu cho khúc nhạc sắp vang lên ở Elbphilharmonie.

Vâng, là buổi tối ấy - tối ngày 20 tháng Mười Một, năm 2024. Lần này tôi đến Elbphilharmonie Hamburg, không phải để giải trí suông, cũng không vì có người thân trong dàn nhạc. Âm nhạc của Beethoven làm tôi liên tưởng đến một vị Thầy đã gieo vào tôi những nốt nhạc cổ điển Tây phương đầu tiên trong đời. Và tôi tìm đến đây cũng vì một dòng chữ được in nghiêng và đậm trong chương trình buổi hòa nhạc: "Âm nhạc không cứu người khỏi chết - nhưng không để họ bị lãng quên."

Quay về thành phố cảng này, nơi tôi từng sinh sống trong suốt hơn hai mươi năm thời học đại học và bắt đầu đi làm, tôi bỗng nghĩ đến một con tàu từng cập bến ở đây: Cap Anamur 2 - con tàu nhân đạo của nước Đức, từng cứu hàng vạn thuyền nhân Việt Nam trên biển Đông. Đó là tháng Chín năm 1986. Cùng mấy mươi người Việt khác tôi đã đứng ở bến cảng này để đón con tàu quay về cảng Hamburg sau chuyến cứu hộ cuối cùng, mang theo 357 thuyền nhân được nước Đức tiếp nhận. Trong ký ức tôi, buổi chiều hôm đó như một bản nhạc có mùi muối mặn của Thái Bình Dương và nước mắt. Có tiếng còi tàu trầm và dài, gió thổi tiếp qua cầu tàu Landungsbrücke mang theo hơi thở của những người đã được vớt lên từ ranh giới sinh tử. Cho nên - Hamburg là nơi hiểu rõ hơn ai hết ý nghĩa của "bờ bên kia."

Bên ngoài nhà hát Elbphilharmonie nước dòng sông Elbe vẫn lặng lẽ đổ ra Bắc Hải (Nordsee); bên trong Dàn nhạc Giao hưởng Resonanz Hamburg đang chuẩn bị trình diễn Eroica.

Giữa con tàu cứu nạn và bản giao hưởng ấy, tôi nhận biết có gì đó rất giống nhau. Cả hai đều không đứng yên. Cả hai chỉ có ý nghĩa khi đưa được ai đó đến một nơi khác - nơi an toàn hơn, hay đơn giản là yên tĩnh hơn trong chính tâm mình.

Tìm vào đúng hàng ghế sau khi đi qua một cầu thang cuốn dài và cao vút. Ngay khi đèn trong hội trường dần dịu xuống, hình ảnh một con tàu khác lại hiện ra: Sea-Watch 3 - thân sơn màu bạc, mũi tróc lở, chở 53 con người lênh đênh suốt hai mươi mốt ngày trên Địa Trung Hải mùa hè năm 2019. Kém may mắn cho họ là lúc ấy không quốc gia nào cho họ cập bến. Khi bệnh tật và kiệt sức lan khắp boong, nữ thuyền trưởng Carola Rackete người Đức đã quyết định cho tàu cập bất hợp pháp vào cảng Lampedusa - và bị bắt ngay khi tàu vừa chạm bờ.

Trên bức ảnh, một hàng người ngồi sát nhau, áo phao đỏ quấn cổ, mắt nhìn chốn vô định. Biển quanh họ xanh sẫm hun hút đến mức gần như đen. Có người viết dòng chữ: "Chúng tôi đi tìm đất để sống." Có người viết tên mình lên áo phao - để nếu rơi xuống, thiên hạ còn biết mình là ai. Có người giữ khư khư một chiếc điện thoại đã hết pin - như giữ lấy một mảnh nối với một đời sống khác.

Những hành trình như thế thật ra không hề mới mẻ. Vì lịch sử loài người là lịch sử của những cuộc ra đi - từ rừng sâu tới đồng bằng, từ lửa đến ánh sáng. Nhưng trong câu chuyện 21 ngày lênh đênh của Sea-Watch 3, tôi nhận ra một điều khác: đôi khi "bờ bên kia" không nằm ở phía trước, mà ở trong lòng người rời bến.

Một Hợp Âm Nhân đạo

"Eroica" - Sinfonie Es-Dur op. 55 - tên gọi ấy trong tiếng Ý, nghĩa là *"Anh Hùng Ca"*. Nhưng đúng nghĩa đó không chỉ là bản nhạc cho một anh hùng, mà là cho những kẻ du hành, những kẻ lưu vong, những *"diaspora"* trong thế kỷ chúng ta.

Hằng ngày những cảnh tượng tương tự như vậy vẫn tiếp tục diễn ra - không chỉ ở biển Đông như mấy thập kỷ trước; mà khi thì ở Địa Trung Hải, biên giới Mỹ - Mexico, hay vùng cận Sahara. Ở khắp mọi nơi, mọi lúc! Người ta không chỉ chạy trốn khỏi chiến tranh hay đói nghèo, mà còn chạy trốn khỏi sự phán xét, khỏi chính trị loại trừ, khỏi những định kiến mang tính hệ thống. Do vậy, chữ "tỵ nạn" bây giờ không chỉ là một tình trạng của người khác - mà là của tất cả, dưới nhiều hình thức khác nhau.

Khi đề cập đến âm nhạc Beethoven thông thường người ta hay nói đến Giao hưởng số 5 - *"Định mệnh"* - với bốn nốt nhạc huyền thoại như tiếng gõ cửa của số phận - Ta-ta-ta-TAA! Có khi người ta cũng nói đến Giao hưởng số 9, tức bản *"Ode to Joy - Khải Hoàn Ca"* khi được chọn làm bài ca chính thức của Liên minh châu Âu. Nhưng Eroica, giữa hai kiệt tác ấy, lại là một bước ngoặt thầm lặng - nơi Beethoven không chỉ phá vỡ khuôn mẫu của nhạc cổ điển, mà còn viết lại hành trình của chính thân phận con người: từ hỗn loạn đến thức tỉnh. Đích thực là như vậy!

Chương I - *Allegro con brio* - bắt đầu bằng hai hợp âm như hai nhát búa gõ vào yên lặng. Nó là tiếng cửa khép lại sau lưng người ra đi. Là khoảnh khắc của quyết định - rời bỏ cái cũ để tìm sự thật. Chương II - *Marcia funebre* - tang lễ trầm và sâu. Điểm đáng nói, đây không phải là tang lễ cho một người chết, nó chính là tang lễ cho những ảo tưởng - hay vọng tưởng trong ta. Chương III - *Scherzo* - là tiếng thở sau cơn dông, là nụ cười giữa hành trình. Và Chương IV - *Finale* - bừng sáng, không kết thúc bằng chiến thắng, mà bằng sự hòa giải giữa bi kịch và ánh sáng.

Sau một tràng pháo tay dài chào mừng dàn nhạc, khi nhạc trưởng Riccardo Minasi vung chiếc đũa lên cao và tiếng nhạc vang lên, tôi nghĩ ngay đến những con tàu - Cap Anamur, Sea-Watch, và cả con thuyền gỗ chỉ mười sáu mét chở hơn bảy mươi người của chúng tôi năm nào. Con thuyền ấy đã lênh đênh vô vọng sáu ngày đêm giữa Biển Đông, cái chết đã đến cận kề. Tất cả trước sau đều mang trong lòng cùng một hợp âm: *khát vọng được sang bờ bên kia*.

Trên sân khấu, nữ diễn viên Jasmin Tabatabai từ chỗ ngồi đứng lên di chuyển chầm chậm đến giữa sân khấu, rồi cất tiếng. Giọng cô vang lên giữa một khoảng lặng của hai lần hợp âm Es-Dur cộc lốc từ dàn nhạc giao hưởng:

"Könnt ihr mich hören? Ich bin Schauspielerin. Heute Abend leihe ich meine Stimme Menschen, die aufgebrochen sind, ins Ungewisse".

"Các bạn có nghe thấy tôi không? Tôi là một nữ diễn viên. Tối nay, tôi sẽ cho mượn giọng nói của mình để kể về những con người đã lên đường, bước vào khoảng không gian vô định".

Câu nói đó đã khiến cả khán phòng trên hai ngàn người hôm ấy trở nên hoang mang và nhỏ bé lại. Bởi tất cả đều hiểu rằng, âm nhạc đêm nay không chỉ là Bản Giao hưởng của Beethoven - mà là một Nghi thức Nhân đạo. Một lễ tưởng niệm cho những kẻ đã từng lên đường. Một lời nhắc rằng: Âm nhạc, cũng như con tàu, chỉ có ý nghĩa khi nó đưa được ai đó đến bờ bên ấy.

Âm nhạc - Biển Cả Cuộc Đời

Ngồi nghe Eroica, tôi không chỉ nghe Beethoven. Tôi đã liên tưởng đến một ngón đàn ngày xưa ở Vạn Hạnh. Rồi qua hình ảnh ấy, tôi còn nghe thấy cả lời vang vọng từ một bậc vĩ nhân cách xa ông hàng ngàn năm, trên một lục địa khác - Tôi đang nghe đức Phật của tôi, đức Phật trong tôi.

Hành trình mà Beethoven viết ra trong bốn chương nhạc ấy cũng chính là hành trình của một tâm thức đi qua bốn cõi: Khởi hành - Nhận diện - Tỉnh thức - Quay lại giữa cuộc đời.

Chương I, *Allegro con brio*, là tiếng bước chân đầu tiên của Thái tử Tất-đạt-đa rời cung thành Ca-tỳ-la-vệ. Hai hợp âm đầu của Beethoven như tiếng hai cánh cửa thành đóng lại lúc con ngựa Kiền Trắc đưa Người trong đêm từ giã đi qua. Không còn vương miện, không còn yến tiệc - chỉ còn nhịp tim đập hòa cùng vũ trụ.

Chương II, *Marcia funebre*, là tang lễ cho những ảo tưởng. Ở đó, mọi vĩnh cửu mà ta từng tin đều tan như khói. Beethoven không than khóc một anh hùng đã chết, mà đang tiễn đưa phần "chấp ngã" trong chính mình. Hình ảnh khi Tất-đạt-đa lần đầu nhìn thấy bốn cảnh khổ: sanh - già - bệnh - chết; trong khoảnh khắc Ngài nhận ra: không ai thật sự mất đi, chỉ là thay hình đổi dạng trong dòng chảy của vô thường.

Rồi đến *Scherzo*, chương III - nhạc bỗng nhẹ, bừng sáng như tiếng suối giữa rừng. Trong đó người ta nghe ra có sự hồn nhiên, tinh nghịch, có cái vui bên cái khổ. Như khi đức Phật từ bỏ con đường khổ hạnh để bước vào thiền quán, khi Ngài cầm trên tay bát cháo sữa của mục nữ Sujāta dâng. Khúc nhạc cũng bừng sáng như nụ cười của một hành giả khi đã ngộ ra rằng: nhờ có khổ đau mà ta mới nhận ra được hạnh phúc.

Và cuối cùng, chương IV *Finale* - chương biến tấu không dứt, nơi chủ đề cũ quay trở lại nhưng mỗi lần mỗi khác đi. Beethoven đã cho ta nghe thấy điều mà đức Phật dạy: "Không có gì mãi mãi tồn tại bất biến, mà cũng không có gì bị xóa mất hẳn đi". Tất cả đều chỉ là những biến tấu của một chủ đề duy nhất - TÂM.

Trong sảnh đường Elbphilharmonie Hamburg lúc này, giữa tiếng nhạc và với hai ngàn người yên lặng chung quanh, tôi chợt hiểu ra: Những điều Beethoven muốn nói và lời đức Phật dạy, tuy cách nhau mấy đại dương và đã cả ngàn năm mà thật ra không xa mấy. Mỗi hành giả bước đi trên con đường riêng, nhưng đều chạm đến cùng một âm hưởng: giải thoát khỏi bản ngã. Nhạc sĩ dùng âm thanh để chạm vào tâm con người. Bậc Đại Giác tỏa sáng bằng sự tĩnh lặng - không có thanh âm mà lòng người vẫn rung. Một người viết ra bằng hợp âm, một người bằng yên lặng của thiền quán và thân giáo. Nhưng đều chuyển tải một thông điệp.

Lắng nghe Eroica, tôi nhận ra chính điều đó: âm nhạc, như lòng từ - không chia ranh giới. Những người trên Sea-Watch 3 mùa hè năm 2019, những thuyền nhân trên Cap Anamur 2 năm 1986, hay hai ngàn người chúng tôi đang ngồi đây hôm nay - tất cả đều như đang ngồi trên những con tàu. Chỉ khác là mỗi người trôi dạt trong một đại dương khác nhau: biển nước, biển lòng hay biển âm thanh. Rồi lời Kinh Hoa Nghiêm hiện rõ lên trong tâm tưởng tôi - bản thể và hiện tượng "như nước với sóng". Sóng có thể cao thấp, cuộn xoáy hay lặng yên, xô nhau lớp trước lớp sau - nhưng nước thì vẫn là một.

Khổ, ở nơi nào và thời nào cũng cùng một vị; hễ còn thân, thì còn khổ, chỉ khác duyên mà hiện ra khác tướng.

Hạt Giống Âm Nhạc

Âm nhạc của Beethoven không phải là thể loại thưởng thức nhắm mắt gật gù, ngón tay gõ nhịp - ít nhất là với Giao hưởng Eroica này. Nó vực dậy. Nó khiến người nghe phải đứng lên, bước qua bờ bên kia của chính mình. Từ những hợp âm khốc liệt của chương đầu, đến tiếng nghẹn ngào trong tang lễ, rồi niềm vui bất ngờ của Scherzo, và sự tái sinh ở Finale.

Nghe Eroica, trước mắt tôi đã hiện ra hình ảnh những con

tàu bé nhỏ từng trôi dạt vô vọng giữa biển Đông năm xưa - trong đó chính mình và người thân từng tham dự. Rồi hình ảnh những ánh mắt, những bàn tay run run đón chiếc áo phao đầu tiên được thả xuống trong các bức ảnh của Sea-Watch.

Nhìn người con trai mình đang chăm chú và thích thú với nhạc cụ trên sân khấu, tôi chợt nhận ra rằng chẳng có hành trình nào là vô nghĩa; mỗi mất mát chỉ là một khoảng lặng, để đời sau đó có thể ngân vang. Rằng cái chết, suy cho cùng, chỉ là một sự biến tấu của sự sống - như hợp âm lúc chuyển sang giọng khác. Đó là vòng quay luân hồi! Và rằng, những đường biên giới kia, dù là trên mặt đất hay dưới nước thì cũng chỉ là một bến đậu của khổ đau và lòng từ - như những chặng đời con người trải qua.

Những cảm nhận về các âm điệu ấy đã được trao truyền, nuôi dưỡng trong tôi từ những lời ít ỏi mà Thầy Tuệ Sỹ từng nói với tôi về âm nhạc Tây phương ngày xưa, nói cho một chàng thanh niên quê mùa nhưng rất yêu nhạc. Những xúc cảm ấy đã được ấp ủ, không chỉ là những xúc cảm của những người chơi nhạc chuyên nghiệp như sau này tôi được tiếp xúc hay có quan hệ thân thiết. Đó còn là sự rung động, đồng cảm đích thực của một nghệ sĩ - lại là một ông thầy tu - với âm nhạc. Rất hiếm hoi.

Âm nhạc, từ ngày ở Vạn Hạnh với tôi đã trở thành thông điệp chở lòng từ bi, trao truyền trí tuệ.

Âm nhạc không cứu người, nhưng nó nhắc ta nhớ rằng mình là người.

Khi nhân tính được đánh thức, bờ bên kia chẳng còn xa.

Và có lẽ, như thế cũng đã đủ./.

Kiel 11/2025

Phụ chú

Những người thực hiện buổi hòa nhạc hôm ấy (20.11.2024) tại Đại Sảnh Đường Elbphilharmonie, gồm có:

- *Ensemble Resonanz Hamburg:* Dirigent: Riccardo Minasi | Violine: Barbara Bultmann, Gregor Dierck, Skaistė Dikšaitytė, Tom Glöckner, David-Maria Gramse, Corinna Guthmann, Juditha Haeberlin, Christine Krapp, Benjamin Spillner, Swantje Tessmann, Hyun-Jung Kim, Barbara Köbele, Katharina Licht | Viola: Neasa Ní Brain, David Schlage, Tim-Erik Winzer, Christian Marshall, Catharina Rauch | Violoncello: Saskia Ogilvie, Saerom Park, Moritz Benjamin Kolb, Lea Tessmann | Kontrabass: Sophie Lücke, Anne Hofmann, Benedict Ziervogel | Flöte: Christina Fassbender, Marcos Villalobos Ortiz | Oboe: Risa Soejima, Gonzalo Mejía | Klarinette: Marco Thomas, Regine Müller | Fagott: Volker Tessmann, Thomas Höniger | Horn: Tomás Guerra Figueiredo, Florian Cason, Víctor Cosío Lanza | Trompete: Nicolas Isabelle, Markus Schwind | Pauken: Bao-Tin Van Cong.

- *Diễn viên & thuyết trình Sea-Watch 3:* Clemens K. Thomas & Jochen Voit: Bericht »21 Tage auf See - An Europas Grenzen« nach Tatsachenberichten von der Sea-Watch 3. Jasmin Tabatabai Sprecherin. Interaktives Forum mit Naika Foroutan, Max Czollek und Jana Puglierin.

- *Nguồn:* Das Programmheft - resonanzen zwei »euroica« - ensemble resonanz

Củ khoai & Huân Chương

Bài phát biểu

[Đã lược bỏ một số các chi tiết nghi thức]

Trước tiên chúng tôi xin giới thiệu vật nhỏ mà ai cũng biết này, như một trợ lý cho bài thuyết trình. Đó là: một củ khoai tây.

Dù ai cũng biết, vậy mà khi hỏi về lai lịch của nó thì ai cũng mù mờ - kể cả người Đức ăn khoai tây mỗi ngày. Vậy xin hỏi lại: Quý vị có ai biết lai lịch xuất xứ củ khoai này không? Đừng nói là nó xuất xứ từ siêu thị tên ABC gì đó hay nhà bếp Chùa Viên Giác!

Và xin quý vị cũng đừng thắc mắc rằng, chuyện củ khoai đơn giản này có liên quan gì đến cái Huân chương Tổng thống? Dạ có, có liên quan!

Vì vậy nên chúng tôi xin phép ngắn gọn đôi dòng nói về cái món lương thực cơ bản, được coi là không thể thiếu của người dân xứ Đức này. Họ định nghĩa nó là Grundnahrung (thực phẩm cơ bản).

Củ khoai tây thuộc nhóm thực phẩm lâu đời bậc nhất trên thế giới. Hơn 5000 năm trước công nguyên đã có mặt nó, và củ khoai tây từng mang tên là “vàng của Inka”. Nó đã có mặt tại Nam Mỹ, vùng cao nguyên Anden, bây giờ là địa phận của Peru và Bolivien. Vào thế kỷ 16 những người Tây Ban Nha đến đây tìm vàng đã gặp loại khoai này và họ mang về Âu Châu như một món quà để dâng lên đức Vua. Rồi từ Tây Ban Nha nó lần mò đi sang Đức, nhưng dân Đức lúc đó rất thờ ơ với nó.

Mãi đến thời vua Friedrich dem Zweiten von Preußen (1712-1786) trước nạn đói vô phương cứu chữa, vua đã khuyến khích dân ăn loại củ này vì nhận thấy nó có nhiều chất dinh dưỡng lại no lâu. Sau đó vua hạ lệnh quân đội và nhân dân trồng loại khoai này khắp nơi. Vậy củ khoai đã di dân từ vùng cao nguyên cao bốn, năm ngàn mét tại Nam Mỹ đến các đồng bằng của nước Đức. Tất nhiên là dân chúng thuở ấy chỉ ăn thuần khoai tây để mong được no bụng (giống như ở nước ta có thời chỉ ăn cơm độn với nước muối, hay khá hơn thì chan thêm chút nước mắm hoặc nước tương, kèm trái ớt hiểm) chứ không phải như bây giờ ăn kèm cá thịt hay thức ăn.

Chắc ai cũng biết bức tranh nổi tiếng của họa sĩ Van Gogh vẽ vào năm 1885 mang tên "Những người ăn khoai - The Potato Eaters", vẽ cảnh năm người trong gia đình ngồi quây quần nhưng trên bàn ăn thức ăn chỉ thấy độc nhất một đĩa khoai.

Bây giờ, vào thế kỷ 21 này ở các nước Tây phương, như nước Đức này, nạn đói thực phẩm không còn nữa. Nhưng không, thưa quý vị, chúng ta vẫn đang đói!

Chúng ta đói về niềm tin, chúng ta đói về lương tâm, chúng ta đang đói về sự đồng cảm. Chúng ta đang đối mặt với "một nền văn hóa dửng dưng". Rất nhiều người trong chúng ta đã dửng dưng quay mặt khi nhìn thấy đồng loại gặp hoạn nạn. Dửng dưng trước nỗi buồn, niềm vui hay lo lắng của những người chung quanh. Rất nhiều người trong chúng ta cứ phớt lờ xả rác ny-lông hay phí phạm tài nguyên thiên nhiên trong khi địa cầu của chúng ta đang bị hâm nóng, băng giá đang tan dần, thiên tai tràn khắp; phớt lờ nhìn địa cầu run rẩy, biển cả thét gào.

Xã hội văn minh Tây phương đang cần một loại thực

phẩm tinh thần khác để cứu đói. Cần một cách bức thiết! Củ khoai tây lưu lạc đi từ Nam Mỹ về đến Đức, phải trải qua hơn 200 năm dài thì dân chúng mới nhận ra công dụng của nó; kể từ khi vua Friedrich đệ nhị lên ngôi năm 1740 nhìn thấy sự hữu ích của nó nên đem ứng dụng để cứu những cái bao tử trống rỗng đang chờ chết của dân chúng Đức thời đó. Chúng tôi không biết rõ là củ khoai tây phải cần tiếp thêm bao nhiêu năm nữa mới chiếm lĩnh được vị trí độc tôn trong nhà bếp Đức như hiện nay. Nhưng thưa quý vị, có một điều chúng tôi biết rất rõ. Chúng tôi biết rõ là Phật Giáo Việt Nam chúng ta, với tinh hoa của một món ăn tinh thần bắt nguồn từ giáo lý Phật Đà vi diệu, chỉ sau một thời gian ngắn đã bắt đầu đâm chồi nẩy lộc, hội nhập vào đời sống văn hóa tại đây. Phật pháp đã nhẹ nhàng chạm khẽ vào trái tim và cái đầu của người dân xứ sở Đức quốc này.

Còn nhớ trong một bài viết rất tình cảm trên báo Viên Giác có tên "Những Chiếc Bao Ny-lông Trôi Theo Dòng Đời" của đạo hữu Thị Minh có kể lại kỷ niệm với Hòa Thượng Như Điển ngày mới chân ướt chân ráo đến xứ Đức này. Thầy đã cùng mấy anh em sinh viên du học lúc ấy thành lập Hội Sinh Viên & Kiều Bào Phật Tử VN tại CHLB Đức vào mùa hè năm 1978. Sau phiên họp thành lập Hội Phật Tử xong, mấy thầy trò hào hứng kéo nhau đi dạo vườn hoa Herrenhausen ở thành phố Hannover này. Họ bất ngờ gặp và nói chuyện với bà công chúa con gái hoàng đế Wilhelm đệ nhị của nước Đức là bà Prinzessin Viktoria Luise von Preußen. Bà công chúa nhìn thấy Hòa Thượng mặc y phục lạ nên thắc mắc, khi biết Thầy là một tu sĩ Phật Giáo bèn hỏi: "Wo ist denn Ihr Gotteshaus in Hannover? - Vậy Giáo đường của Thầy ở đâu tại thành phố Hannover này". Mấy anh em sinh viên Việt Nam lúc ấy đều hãnh diện về căn hộ mới thuê được, hợp với túi tiền, nên trả lời là: số nhà 37 Kestnerstrasse. Bà ta quá đỗi ngạc nhiên, không biết ở đó có một Giáo đường khi nào, và ở đâu? Xin thưa, cái gọi là "Giáo đường" của PGVN chúng ta lúc đó là một căn hộ nhỏ xíu, dưới 50 mét vuông vừa mới thuê được. Căn hộ rất cũ này có hai phòng, cũng là chỗ Thầy ở, được Thầy diễn tả trong một bài viết rằng: mùa đông đi ở ngoài trời mà còn ấm hơn ngồi ở trong nhà.

Như vậy đó! Phật Giáo Việt Nam đã bắt đầu xây những viên gạch đầu tiên ở xứ này như vậy đó. Và miệt mài ròng rã khổ cực như vậy suốt 43 năm qua. Bây giờ chúng ta đang ngồi đây ngay giữa mùa đông giá lạnh, tháng 12/2021 trong ngôi chánh điện sáng sủa ấm áp như thế này đây, có ai nghĩ tới căn hộ lạnh lẽo và ẩm mốc ngày xưa? Ai không biết chứ tôi biết ít nhất có một người nghĩ tới. Có ai đoán biết được người đó là ai không? Đó là Ông Tiến sĩ Frank-Walter Steinmeier, Tổng thống của CHLB Đức.

Nói vậy để chúng ta cùng nhắc nhau hiểu rõ hơn về sự kiện đặc biệt của ngày 8/12 năm nay. Tổng thống Cộng Hòa Liên Bang Đức đã cứu xét và quyết định trao tặng Huân chương Danh dự Quốc gia Hạng nhất cho Hòa Thượng Thích Như Điển. Huân chương này cũng đã từng trao cho một số người khác. Họ là các trí thức, các nhà hoạt động xã hội, các văn nghệ sĩ, các vận động viên thể thao... có công đóng góp vào những giá trị văn hóa, kinh tế, xã hội... cho đất nước này. Gần đây vào tháng 3 năm 2021 Tổng thống Đức cũng trao huân chương cho ông bà bác sĩ Sahin và Türeci, là hai người thành lập hãng BioNTech và phát minh, điều chế thuốc chích ngừa Covid, đã cứu không biết bao nhiêu sinh mạng trên thế giới.

Cũng xin phép được nhắc thêm một chi tiết khác rất quan trọng để cùng nhớ. Khi triết gia Arthur Schopenhauer (1788-1860) mang giáo lý Phật Đà vào truyền bá tại nước Đức vào những năm cuối thế kỷ 18, đầu thế kỷ 19, ông chỉ có thể giảng dạy Phật pháp giới hạn cho giới trí thức trong các học viện, ở các môi trường đại học. Để ý kỹ ta cũng sẽ thấy, cả về mặt ngôn ngữ cũng có khác. Thời ấy người ta không gọi ông là "Phật tử - Buddhisten" như chúng ta hôm nay (hoặc chưa có chữ đó), mà gọi ông là "Buddhaisten - Người đi theo Đức Phật". Ở trước chúng tôi có nói đến hai từ "trái tim và cái đầu" khi nhắc đến sự hội nhập của Phật Giáo Việt Nam trên nước Đức. Hai trăm năm trước triết gia Schopenhauer đã giảng dạy Phật pháp ở xứ này, nhưng quần chúng bình dân vẫn xem Phật giáo như là một sưu tập lạ lẫm đặt trong khung kiếng trưng bày. Nghĩa là chỉ dừng lại ở cái đầu mà chưa đến với trái tim. Từ đầu thập niên 70, đồng thời với làn sóng tỵ nạn người VN của chúng ta, Phật giáo Việt Nam đã xuất hiện trong xã hội Đức như một người láng giềng thân thiện, không còn nét xa lạ nữa. Đã có rất nhiều người Đức đủ mọi tầng lớp bắt đầu tiếp xúc với Phật giáo và tu học Phật pháp như chúng ta.

Kính thưa quý vị! Do vậy, điều đặc biệt đáng để chúng ta nói hôm nay; và chúng ta sẽ nói, sẽ nhắc hoài với nhau để nhớ; cũng là điều để nói với cộng đồng Phật giáo cùng khắp năm châu là: Đây là lần đầu tiên Huân chương Danh dự Quốc gia Hạng nhất của nước Đức này được trao cho một người Phật tử, và vị ấy lại là một vị Sư người Việt Nam. Quý vị có biết vị ấy là ai không?

Vậy, xin hỏi quý vị Phật tử Việt Nam chúng ta hôm nay có mặt ở đây: Như vậy có đáng hãnh diện cho chúng ta không?

Khi chính quyền Liên bang Đức quyết định trao Huân chương Danh dự Quốc gia Hạng nhất cho một Tăng sĩ Phật giáo là HT Thích Như Điển, thì ngay thời điểm đó mặc nhiên họ đã công bố một thông điệp mới, trong bối cảnh một nền văn hóa Đức vốn xem đức tin Cơ Đốc Giáo là nền tảng chính thống nhiều đời ở xứ này.

Thông điệp gì?

Rằng, từ đây nước Đức đã chính thức xếp các món lạ như: Pháp hỷ thực, Thiền duyệt thực... cho đến Giải thoát thực của Phật giáo chúng ta vào thực đơn tri thức trí tuệ, kế bên các món ăn văn hóa, tinh thần truyền thống của dân tộc Đức hôm nay. Sự hiện hữu của Phật giáo Việt Nam ở xứ này từ đây được xem là đương nhiên, hiện diện để góp phần nuôi dưỡng nguồn mạch tâm linh, tư tưởng cho cả nước Đức trong bước ngoặt nhân tâm khủng hoảng, niềm tin lung lạc như hiện nay.

Thưa liệt quý vị,

Hòa Thượng Thích Như Điển trong buổi lễ tiếp nhận Huân Chương từ tay Thị Trưởng Thành Phố Hannover, ông Belit Onay tại sảnh đường Mosaik của Tòa thị chính thành phố hôm 8/12 đã phát biểu trong diễn văn đáp từ trước ông thị trưởng, các quan khách và báo chí như sau:

Chúng tôi nghĩ rằng trong vườn hoa tôn giáo của xứ Đức nầy nói riêng hay Âu Châu nói chung đều xuất phát từ Thiên Chúa Giáo, Chánh Thống Giáo và Tin Lành Giáo. Rồi qua nhiều năm tháng được tô thắm thêm với các tôn giáo khác như Do Thái Giáo, Hồi Giáo v.v... Những Tôn Giáo nầy đã đóng góp vào nền văn minh của nhân loại như những bông hoa cẩm chướng, hoa cúc, hoa hồng, đã trổ bông thơm ngát trong vườn hoa tâm linh tại những xứ sở nầy. Nay chúng tôi là những người Phật Tử tha hương, không phải chỉ lo về vấn đề kinh tế hay giáo dục, mà hai chữ Tự Do rất quan trọng; nên chúng tôi phải rời bỏ quê hương Việt Nam của mình và đến đây. Nhân dân Đức đã đón tiếp giúp đỡ chúng tôi ở nhiều phương diện khác nhau. Do vậy xin đáp đền ân nghĩa đó bằng cách mang thêm một loài hoa mới từ Á Châu đến đây. Đó là hương thơm của loài hoa sen để góp thêm vào vườn hoa tâm linh của Quý Vị đang hiện có... (Diễn văn mà văn vẻ đẹp như thơ, phải không?)

Thưa quý vị! Đúng vậy! Những đóa sen ấy đã nở rộ và tỏa hương ở xứ này. Sắc hương tinh khiết của loài hoa mới này góp phần tô điểm thêm cho vườn hoa truyền thống văn hóa lâu đời, từng được mệnh danh là xứ sở của những triết gia, của những đại văn hào và những nhạc sư thượng thừa, những bậc thầy của nhân loại.

Kính thưa Hòa Thượng Phương Trượng,

Kính bạch Thầy,

Hàng Phật tử chúng con từ lâu nay đã học được những bài giáo lý thâm diệu mà Thầy đã dạy qua các khóa tu, các thời pháp, qua sách vở Thầy đều đặn siêng năng viết để lại cho đời. Nhưng trên tất cả, chúng con học được bài học thân giáo từ Thầy. Bài học tinh tấn tu tập bất kể tiết trời mưa nắng, bất kể bệnh tật chướng duyên. Bài học từ bi hỷ xả. Bài học bi trí dũng. Rồi hôm nay, khi nhận được Huân chương cao quý từ Tổng thống Đức, Thầy cũng không hề kể đến thành tích cá nhân của mình mà nói đơn giản là "Niệm Tứ Trọng Ân". Ân Cha Mẹ, Ân Thầy Bạn, Ân Quốc Gia, Ân Chúng Sanh. Bài học "tri ân" này chúng con xin nguyện ghi nhớ.

Bởi vậy hôm nay con xin sẽ không chúc mừng riêng Thầy khi tiếp nhận Huân chương. Vậy chúc mừng ai? Thưa: Chúc mừng tất cả chúng ta, tất cả chúng con! Và cả hội chúng chúng con hôm nay cũng xin chúc mừng cho Phật giáo Việt Nam nói riêng và Phật giáo Âu châu nói chung. Hôm nay trong hội chúng này còn có mặt Ni Sư Jampa Tsedroen (tức giáo sư tiến sĩ Carola Roloff của đại học Hamburg) và Ông

Nils Clausen là Hội trưởng Liên Hội Phật Giáo Đức DBU. Họ vượt qua nỗi lo sợ loại virus Covid biến chứng mới, lặn lội từ xa đến đây trong mối thâm tình đạo vị của những người con Phật dù khác chủng tộc màu da để góp chung niềm vui ấy với PGVN chúng ta. Chúng con cũng xin chúc mừng họ luôn! Wir gratulieren Euch auch!

Chúng con rất hãnh diện và tri ân người đi gieo những hạt giống này. Người ấy là Thầy, Hòa Thượng thượng Như hạ Điển.

Cuối cùng, con xin phép đại chúng được thưa thêm một câu với riêng Thầy: Con đoan chắc rằng triết gia Schopenhauer cũng đang có mặt ở đây hôm nay. Ông cụ rất vui và nói: Ich bin ganz stolz auf Sie. Tôi cũng biết ơn Thầy Như Điển lắm!

Xin cung kính cám ơn chư Tôn Đức và quý Pháp hữu đã lắng nghe.

Nam Mô Công Đức Lâm Bồ Tát Ma Ha Tát./.

Bài thuyết trình Nhân Lễ Niệm Tứ Trọng Ân
12/12/2021 tại Tổ đình Viên Giác Đức quốc.

Văn kiện và Huân Chương Quốc Gia Hạng Nhất do Tổng Thống Đức ký trao cho HT. Thích Như Điển

Đất Trời Nghiêng - Tôi Cũng

Tản văn

Xưa nay ta cứ hiểu chữ "Giới" theo nghĩa chữ Tàu là cấm đoán. Giới từ tiếng Phạn là "Sīla", có nghĩa là Phẩm Cách. Mình tu giới là tìm cách nâng cao Giá trị Phẩm Cách con người mình lên. Làm thế nào để cảm thấy rằng càng ngày ta càng cao thượng, thanh cao... (Lược ghi bài giảng của HT Thích Tuệ Sỹ về Thọ Giới).

[1]

Một Ngày Khởi Đầu Mùa Dịch

Tôi nghỉ hưu ngay trong thời gian đại dịch COVID-19 bùng phát. Một sự trùng hợp vừa ngẫu nhiên, vừa chứa đầy ẩn ý. Dịch bệnh đã khiến thế giới đảo lộn, khiến con người nhìn lại chính mình, và cũng khiến tôi có cơ hội nhìn sâu vào một phần đời mà lâu nay mình vẫn trì hoãn: đời sống tâm linh.

Khi nghỉ hưu, tôi vẫn mang một cảm giác áy náy trong lòng. Trong sở làm vẫn còn những chương trình tôi từng chịu trách nhiệm đang trên đà triển khai, các kế hoạch hỗ trợ giữa đại dịch còn dang dở. Các cấp trên đã đề nghị tôi ở lại thêm một thời gian. Nhưng tôi đã quyết - không phải vì chán nản hay vì quá mệt mỏi - mà vì tôi cảm nhận rõ rệt một lời kêu gọi thầm lặng từ bên trong: đã đến lúc dành trọn vẹn thời gian cho việc tu tập.

Những ngày đầu sau khi rời sở, tôi tưởng mình sẽ tận hưởng được sự thư thái. Nhưng không! Việc không còn bận rộn lại khiến tôi có chút bối rối. Thói quen của mấy chục năm đi làm - dậy sớm, họp hành, giải quyết công việc... - bỗng nhiên bị dừng, để lại khoảng trống. Tôi đọc sách, viết lách, ngồi thiền, tụng Kinh, đi qua đi lại trong nhà... Mặc dù có tham gia các sinh hoạt và công trình của Giáo Hội, nhưng điều kiện làm việc mới thiếu phương tiện, thiếu cộng sự, thư ký... làm tôi thấy bối rối. Chỉ vài tháng, tôi đã cảm nhận rõ rệt một điều: sức khỏe có phần giảm sút, tinh thần có những lúc chùng xuống. Và tôi giật mình nhận ra đời sống nội tâm của mình còn quá sơ sài.

Chính trong hoàn cảnh đó, tôi cảm thấy một sự thôi thúc mãnh liệt: cần phải có một chỗ dựa, cần phải có một bờ đê ngăn lũ tràn - cần phải thọ giới. Việc trước đây tôi đã cứ hẹn lần hẹn lữa. Không phải chỉ tham dự như một lễ nghi, mà là bước vào một cánh cửa. Tôi quyết định xin thọ Bồ Tát Giới tại gia. Nhưng giữa đại dịch, các đạo tràng ngưng hoạt động, không đâu tổ chức Giới đàn. Tôi liên lạc khắp nơi, ai cũng ái ngại lắc đầu: "Giới đàn trong mùa dịch này? Làm sao tổ chức được?"

Tôi gần như bỏ cuộc, thì duyên lành đến từ một nơi không ngờ: Hòa thượng Thích Như Điển. Qua một lần trao đổi, Hòa thượng bảo: "Chích ngừa Covid xong, con thu xếp về chùa. Khi quý thầy ở chùa tụng giới đầu tháng, Thầy sẽ tổ chức một Tiểu Giới Đàn riêng cho con." Lòng tôi như có đèn sáng. Một cơ hội quý giá giữa thời đại biến động. Một cánh cửa mở giữa hàng loạt cánh cửa đóng kín.

Một tuần sau, Hòa Thượng lại nhắn tin: "Để trang nghiêm, Thầy đã mời thêm hai Giới Sư là thầy Hạnh Tấn và thầy Hạnh Giới." Tôi nghe mà không cầm được xúc động. Một giới đàn chỉ có một giới tử là tôi, nhưng có đầy đủ mười vị giới sư (sau đó có một vị bị bệnh nên phải ở lại phòng không dự được, còn chín vị). Không khí trang nghiêm, trầm mặc, và rất ấm áp. Tôi lạy xuống từng lạy, phát từng lời nguyện, như đang trở về khơi dậy và ôm ấp phần sâu thẳm của chính mình mà bao năm nay tôi đã bỏ quên.

Đó không chỉ là một nghi lễ. Đó là một bước ngoặt.

Giới - không phải là rào chắn. Giới là con đường. Là ánh đèn lặng lẽ, nhưng kiên trì dẫn đường qua bóng tối. Trong những tháng ngày mà thế giới bị đại dịch phong tỏa, tôi lại được mở cửa - một cánh cửa đi vào nội tâm.

[2]

Hình Thức Và Bản Chất

Có một câu chuyện xảy ra đã vài năm trước, nhưng vẫn thường trở lại trong tâm trí tôi. Hôm đó là một buổi trưa nóng tại Bồ-đề Đạo Tràng, trong phòng khách của Trung Tâm Viên Giác Ấn Độ. Chúng tôi gồm bốn người, ngồi cùng với thầy Hạnh Bổn, vừa uống trà, vừa trò chuyện. Câu chuyện hôm ấy cũng xoay quanh đời sống tu tập của cư sĩ tại gia, mỗi người một ý, một kinh nghiệm.

Bất chợt, một nữ cư sĩ trong nhóm nêu lên nỗi băn khoăn của mình. Chị kể về con rể - một người đàn ông mà chị quý mến vì tính tình hiền lành, chăm chỉ, thương vợ thương con, chưa từng thấy làm điều gì sai trái. Nhưng có một điều làm chị băn khoăn mãi: chị đã nhiều lần khuyên anh ta nên quy y Tam Bảo, nhưng anh đều từ chối. Lý do anh ta đưa ra là: "Con sống biết trên biết dưới, biết phải biết trái, không làm điều ác là được. Quy y hay không quy y, quan trọng là sống sao cho đúng. Hình thức không làm nên con người."

Cả nhóm im lặng giây lát. Rồi chị hỏi thầy: “Thưa thầy, con nên khuyên con rể thế nào? Nó tốt, nhưng nó không chịu quy y. Vậy là chưa trọn vẹn phải không?”

Thầy Hạnh Bổn nghe xong, chỉ mỉm cười nhẹ, rồi hỏi lại một câu tưởng chừng chẳng liên quan: “Vậy hai cháu có tổ chức lễ cưới không?” Chị ngạc nhiên đáp: “Dạ có, đàng hoàng lắm thầy. Tụi nhỏ làm Lễ Hằng Thuận ở chùa, có chư Tôn Đức Tăng Ni chứng minh, hai bên họ hàng tham dự đông đủ.”

Thầy gật đầu: “Vậy thử hỏi lại con rể cô, nếu thấy sống với nhau là đủ, thương nhau là được, thì tổ chức đám cưới làm gì? Sao phải mời người thân, mời thầy, mời Phật? Cần gì lễ lạt hình thức?”

Chúng tôi bật cười. Nhưng rồi ai cũng lặng đi. Câu hỏi của thầy không nhằm bác bỏ lý lẽ của người con rể, mà để khơi mở một góc nhìn khác: hình thức không phải là điều cần thiết - trừ phi nó là chiếc cầu. Và chính khi ta đặt tâm vào hình thức ấy, nó trở thành phương tiện để nuôi dưỡng bản chất bên trong.

Sau đó thầy còn giảng giải thêm: “Quy y là một lời nguyện - với chính mình trước hết. Không phải vì Tam Bảo cần thêm Phật tử, mà vì chúng ta cần một điểm tựa. Người sống tốt mà không có phương hướng rõ ràng, như người đi giữa rừng mà không mang theo bản đồ. Có thể đi đúng một đoạn, nhưng không chắc sẽ đi đúng cả đường dài. Quy y không làm ta thành Phật, nhưng giúp ta nhớ rằng mình có con đường để trở thành.”

Câu chuyện ấy - như hạt giống - đã gieo vào tôi một suy nghĩ lâu dài. Tôi từng định viết thư cho chàng rể ấy - một người tôi chưa từng gặp - để giải thích, để chia sẻ, để gửi gắm điều mà tôi nghĩ rằng có thể giúp anh có thêm một cái nhìn khác. Nhưng rồi công việc cuốn đi, năm tháng trôi qua.

Giờ đây, khi viết lại những dòng này, tôi hiểu: hình thức không phải là trói buộc. Hình thức là điểm bắt đầu. Và nếu ta sống có chánh niệm, thì từng nghi lễ nhỏ cũng có thể là một bước tiến lớn trên con đường chuyển hóa. Không ai đến được nơi xa mà không bắt đầu từ một bước chân đầu tiên. Và đôi khi, bước chân ấy chính là một lời phát nguyện - tuy là nghi thức, nhưng chứa đầy hạt giống của tỉnh thức.

[3]

Lane Assist Và Chức Năng "Bíp Bíp"

Một hôm, khi lái chiếc xe mới, tôi chú ý đến chức năng lane assist - hệ thống giữ xe đi đúng làn đường. Hệ thống này tự động kích hoạt. Khi xe lệch khỏi làn, nó phát tín hiệu "bíp" và tự điều chỉnh tay lái. Ban đầu tôi thấy phiền, nhưng sau thời gian quen dần và thấy được công dụng của nó tôi mới ngẫm ra: đây chẳng phải là một hình thức "giới" đó sao?

Giới - không phải để trói buộc ta, mà để giữ cho ta khỏi trượt dài. Nếu đi lệch - giới nhắc. Nếu muốn đổi hướng - hãy bật tín hiệu. Giới không làm mất tự do. Giới là sự bảo vệ tự do khỏi những phút giây bất cẩn.

Tôi hình dung nếu không có chức năng đó, chỉ cần một giây xao lãng - tay cầm điện thoại, mắt liếc ra ngoài, tâm trí lạc vào ký ức hay âm nhạc - ta có thể gây tai nạn. Chức năng "bíp" ấy - giờ đây với tôi - là tiếng chuông tỉnh thức. Là một loại cảnh báo nhẹ nhàng, để mình quay về. Từ tâm vọng động, về tâm chánh niệm.

Tôi nhớ có lần lái xe lúc trời đêm sương mù dày đặc, khó nhìn thấy các vạch phân chia trên đường. Cảm giác bất an khiến tôi mở to mắt và bám tay lái rất căng thẳng, mệt mỏi. Nhưng khi lane assist hoạt động, dù chỉ là một lực xoay nhẹ vô-lăng, tôi cảm nhận được một điều gì đó giống như một người bạn đồng hành - âm thầm, không can thiệp quá mức, nhưng luôn ở đó nếu tôi đi chệch đường. Cảm giác ấy là an trú.

Tôi chợt nghĩ: phải chăng tâm mình cũng cần một người bạn như thế? Không phải để kiểm soát, mà để nhắc nhở. Không phải để trừng phạt, mà để giúp quay về. Giới chính là người bạn đó - một người bạn âm thầm, không ồn ào, không lên lớp, nhưng luôn nhắc: "Cẩn thận, đường này có thể trượt. Lái vào chính giữa đường..."

Trong nhiều trường hợp, tôi không nghe tiếng "bíp" bằng tai - mà bằng trái tim của mình. Khi sắp nói một câu có thể gây tổn thương. Khi định làm một việc chỉ có lợi cho mình mà thiệt cho người. Khi cảm thấy cơn giận sắp trào lên. Những lúc ấy, nếu có một chút chánh niệm, tôi sẽ nghe thấy một tiếng cảnh báo rất nhỏ. Rất nhỏ, nhưng đủ để dừng lại một nhịp. Nhịp ấy - chính là sự sống. Là cơ hội để không trượt xuống, để chọn lại.

Tôi tin mỗi người cần một loại lane assist riêng cho tâm. Với tôi - đó là Giới. Với người khác, có thể là một người thầy, một lời dạy, một ký ức đẹp, hoặc đơn giản là một thói quen thiện lành. Điều quan trọng là nhận biết, là sẵn lòng để được nhắc nhở.

Giới - nếu được hiểu đúng - không phải là khung sắt cứng nhắc, mà là một vòng dây mềm, buộc nhẹ vào cổ tay. Mỗi khi ta buông lơi sắp xa rời hướng thiện, nó khẽ rung. Và chỉ thế thôi - đủ để ta chấn chỉnh lại mình. Không cần phải sợ hãi. Chỉ cần biết quay về.

[4]

Từ Nai Thành Hươu - Hay Một Cuộc Tranh Đấu Mới

Một người bạn đùa: "Trước kia anh là nai - nai lưng ra làm. Giờ hưu rồi, thành hươu - có sừng, đỡ bị đời rượt." Tôi cười, nhưng trong lòng không nghĩ vậy. Bởi hóa ra, tuy từ bỏ một cuộc đấu tranh ngoài đời, tôi lại đang bước vào một đấu trường khác - nội tâm, vô hình nhưng không kém phần cam go.

Chữ "hươu" không chỉ đơn thuần là tên gọi của một loài vật hiền lành. Trong văn hóa Hán, chữ này còn là biểu tượng ẩn dụ của quyền lực, của cơ đồ, của cuộc tranh đoạt thiên hạ. Thành ngữ "trục lộc Trung Nguyên - 逐鹿中原" - đuổi hươu giữa Trung Nguyên - vốn nói về việc giành lấy thiên hạ thời Hán-Sở, sau khi Tần Thủy Hoàng mất. Đó là cuộc chiến khốc liệt giữa các thế lực để giành một con hươu - tượng trưng cho vương quyền.

Tôi giật mình khi nghĩ đến chính mình, một người đã từng vật lộn với cuộc đời, với công việc, với định kiến xã hội, với thân phận di dân trên đất Đức, nay lại quay vào bên trong và thấy một trận địa mới: hoài nghi, thói quen, và những phản xạ sâu kín. Những điều ấy không hiện rõ như đối thủ ngoài đời, mà ẩn dưới lớp ngôn từ đạo đức, dưới danh nghĩa lý trí, hoặc thậm chí được ngụy trang bằng sự an phận, tuổi tác, sức khỏe.

Giờ đây, tôi bắt đầu hiểu rằng tu tập không phải là thêm vào một thứ gì đó thiêng liêng, mà là gỡ bớt đi những lớp bụi đã phủ lên bản tâm. Là nhìn thấy và đối diện với cái tôi nhỏ bé mà bướng bỉnh - luôn sợ thay đổi, luôn tự cho mình là đúng. Chính trong lúc không còn bị cuốn vào guồng máy công việc, tôi mới nhận ra bao nhiêu tiếng vọng trong tâm mình chưa từng được gọi tên.

Có một lần, tôi tức giận vì một việc nhỏ nhặt, rồi ngay sau đó thấy xấu hổ. Tại sao một người vừa phát tâm thọ giới, vừa phát nguyện giữ gìn thân - khẩu - ý, lại có thể để cho một cảm xúc thoáng qua kéo mình đi xa đến thế? Tôi không biện hộ. Tôi chỉ lắng nghe. Lúc đó tôi chợt nhớ đến câu một vị thầy từng dạy: "Khi tâm chưa được tôi luyện, bạn sẽ bị điều nhỏ nhặt khuấy động. Khi tâm bạn đã an trụ, cả dông bão cũng chỉ như một làn gió." Tôi còn đang ở vế đầu!

Giới - trong bối cảnh này - không phải là những quy tắc đặt ra để soi xét hay khắt khe với bản thân. Mà là một chiếc gương - để soi thấy sự thật. Là một công cụ - để điều chỉnh hướng đi. Giới, với tôi, giờ đây là một lời nhắc: mỗi hành động nhỏ, mỗi ý niệm khởi sinh - đều là hạt giống gieo vào ruộng tâm. Hãy coi chừng tay mình khi gieo hạt.

Giới - không phải là một chiếc còng. Giới là một vòng tay. Không phải ôm chặt để bóp nghẹt, mà là vòng tay ôm nhẹ để nhắc ta nhớ rằng có giới hạn, có ranh giới, có điểm dừng. Giới chính là sự bảo hộ, chứ chẳng phải là sự trừng phạt. Trong một thế giới mà mọi thứ luôn mời gọi đi xa hơn, nhanh hơn, nhiều hơn - giới là lời nhắc rằng: dừng lại để nhận diện trắng đen trước khi tái khởi động, cũng là một ứng xử đầy trí tuệ.

Tôi chưa phải là người luôn tự kiềm chế, kiểm soát được mình. Nhưng tôi học được một điều: nếu chưa đủ sức bước vững trên đất thiện, thì hãy cẩn trọng khi bàn chân lúc đứng gần bờ ác. Và nếu tâm chưa thể sáng suốt mọi lúc, thì hãy lắng nghe tiếng "bíp" từ giới - như một người bạn đường, nhắc nhở âm thầm nhưng không thiếu tình thương yêu.

[5]

Trái Đất Nghiêng - Người Cũng Nghiêng

Tạp A-hàm, quyển 2, Kinh Tương Ưng A-na-luật, Hướng Niết Bàn chép: Tôi nghe như vầy: Một thời, đức Phật ở tại vườn Cấp Cô Độc, rừng cây Kỳ-đà, nước Xá-Vệ. Bấy giờ, Tôn giả A-na-luật ở tại tinh xá Tòng lâm, nước Xá-vệ. Khi ấy, Tôn giả A-na-luật nói với các tỳ-kheo: "Ví như cây lớn sanh trưởng mà nghiêng xuống dưới; càng nghiêng sâu càng muốn đổ. Nếu chặt rễ nó, cây sẽ phải ngã, thuận theo chiều nghiêng xuống. Cũng vậy, tỳ-kheo tu bốn niệm xứ, lâu ngày nhắm thẳng tới, đào sâu, vận chuyển, hướng đến viễn ly; nhắm thẳng tới, đào sâu, vận chuyển, hướng đến giải thoát; nhắm thẳng tới, đào sâu, vận chuyển, hướng đến Niết-bàn."[1]

Khi đọc đoạn Kinh ấy, tôi đã dừng lại rất lâu ở chữ "nghiêng".

Cây nghiêng, thì sẽ ngã theo hướng nghiêng. Tâm người, nếu nghiêng về tham, sân, si - thì một ngày cũng sẽ đổ theo hướng đó. Nhưng nếu tâm nghiêng về từ bi, chánh niệm, tỉnh thức - thì cũng sẽ đổ về ánh sáng trí tuệ.

Rồi tôi liên tưởng ngay đến quả địa cầu, nơi chúng ta đang sống. Người xưa từng tin rằng nó hình vuông. Trời tròn đất vuông - một hình ảnh biểu tượng được lặp đi lặp lại trong văn hóa phương Đông.[2] Rùa có mai tròn, bụng phẳng. Bánh chưng bánh giầy. Mâm vuông, chén tròn. Đó là một vũ trụ

---

[1] Đại Tạng Kinh Việt Nam; Thanh Văn Tạng - Tập 8 - Kinh Bộ VII, Tạp A-hàm, Quyển 2, Kinh "Hướng Niết Bàn", tr.201. Việt dịch: Tuệ Sỹ - Thích Đức Thắng. Hội Đồng Hoằng Pháp ấn hành lần thứ nhất, quý II/2022.

[2] Sách "Hoài Nam Tử 淮南子" của Lưu An 刘安 (179 - 122 TCN) viết "Thiên viên, Địa phương", tức "Trời thì hình tròn, Đất thì hình vuông." Đây là một cuốn cổ thư kiệt tác của Trung Hoa, viết vào khoảng đầu thế kỷ thứ hai trước Công nguyên.

quan mang tính hài hòa, nhưng cũng đầy giới hạn. Đông đã vậy mà Tây cũng không khác mấy. Trong tư duy cổ phương Tây, người ta tin rằng nếu đi đến tận cùng, khỏi bốn góc trái đất - chỗ bốn Thiên sứ đứng canh giữ - là chạm đến ranh giới của trật tự, thì sẽ bị rơi vào vực thẳm, hay địa ngục.[1]

Hình vuông không chỉ là một quan niệm về vũ trụ - mà là biểu tượng cho khuôn khổ niềm tin. Và đi đến một giới hạn nào đó con người phải chấp nhận rằng khuôn khổ ấy sẽ trở thành tù ngục. Bế tắc, không lối thoát.

May thay, trái ngược với quan niệm này, các nhà khoa học và thiên văn học - thông qua quá trình nghiên cứu và quan sát thiên văn nghiêm túc - đã chứng minh rằng: trái đất tròn, và... nghiêng. Chính xác là nghiêng 23,5 độ.

Và chính nhờ nó nghiêng, nhờ quay quanh mặt trời và tự xoay quanh trục mà có bốn mùa, có ngày đêm. Có Xuân nảy lộc, Hạ rực rỡ, Thu vàng rụng lá, Đông tuyết phủ trắng trời. Nếu không nghiêng - trái đất sẽ không có mùa, không đêm ngày, không âm dương. Sẽ là một hành tinh vô cảm, bất động, bất biến. Là một thế giới mà không có chu kỳ, không có sinh sôi, không có đổi thay. Mọi sự sẽ trở nên vô nghĩa.

Vậy nghiêng - không phải là bất toàn. Mà là tiền đề của sự sống.

Con người cũng vậy. Chúng ta nghiêng. Nghiêng vì hy vọng. Nghiêng vì mất mát. Nghiêng vì tình yêu. Nghiêng vì lo âu. Nghiêng vì cám dỗ, vì một câu nói vu vơ, vì một ký ức chưa được chữa lành. Tâm ta - như mặt hồ nước - chỉ cần một

[1] Trong Kinh Thánh Cựu Ước, sách Khải Huyền 7:1 chép: "Sau đó, tôi thấy bốn thiên sứ đứng nơi bốn góc trái đất..." Cách nhìn ấy từng được diễn giải theo nghĩa đen: trái đất có bốn góc - là hình vuông, hình hộp hoặc hình phẳng.

cơn gió nhẹ cũng làm gợn sóng. Nhưng chính trong những rung động ấy, nếu có nội lực, ta vẫn có thể giữ được quân bình.

Tôi có lúc từng nghĩ: nghiêng là yếu đuối. Nhưng rồi tôi học được rằng, nghiêng mà không ngả - đó là bản lĩnh. Nghiêng mà không đánh mất phương hướng - đó là trí tuệ. Nghiêng mà vẫn biết mình đang nghiêng - đó là tỉnh thức. Và giới - chính là đường vạch mờ dưới chân, là sợi dây định hướng ta không nghiêng quá mức, không rơi vào cực đoan.

Tu không phải không có lúc nào phạm lỗi. Nhưng tu khác đời thường là, thấy lỗi ngay khi nó vừa manh nha, và dừng lại. Trong một thế gian đầy lực kéo, đầy lối rẽ, giới chính là chiếc mỏ neo giữ tâm không trôi giạt.

Không ai sống mà không nghiêng. Nhưng không phải ai nghiêng cũng ngả. Người biết tu là người dám nhìn thấy bản thân đang nghiêng - và can đảm điều chỉnh lại hướng đi. Đó là cách ta cùng trái đất tiếp tục hành trình quay quanh mặt trời - không ngừng, nhưng vẫn giữ được trục nghiêng ấy. Trục nghiêng ấy - là bản chất của vô thường. Và cách ta đối diện với nó - là bản lĩnh của chánh niệm. Càng biết mình đang nghiêng, càng biết mình đang sống.

[6]

Giới: Giữ Tâm Vững Trong Một Đời Nghiêng

Thế gian này - như Trịnh Công Sơn từng viết - luôn nghiêng: "Này nhân gian có nghe đời nghiêng." Không phải là một câu hỏi, mà là một lời cảnh tỉnh. Cuộc đời nghiêng - không phải vì nó sai, mà vì nó sống, vì nó đang tồn tại. Chỉ có người tỉnh thức mới biết nghiêng mà không ngả.

Tôi nghĩ, sống giữa một đời nghiêng - ta không nhất thiết phải cố đứng thẳng một cách cứng nhắc. Mà là học cách điều chỉnh, uyển chuyển, linh hoạt - quan trọng là vẫn giữ được tâm vững. Tâm vững không phải chỉ là tâm bất động - như các bậc đã chứng đắc - mà là tâm biết trở về. Như một chiếc la bàn, dù có xoay chuyển giữa gió bão, kim vẫn chỉ hướng Bắc. Tâm người biết tu - cũng vậy - phải luôn có điểm quy chiếu để hồi đầu.

Tôi đã đi qua đoạn đời "nai lưng làm việc", đã bước vào giai đoạn "làm hươu" - dù chẳng cao sang hơn, nhưng ít ra đã bắt đầu thấy rõ: mỗi bước đi giờ đây là một bước vào bên trong. Không còn là chinh phục thế giới, mà là quay lại khám phá chính mình. Và tôi biết rõ: nếu không có giới, tôi có thể sẽ lạc đường.

Giới - là bạn đồng hành trên hành trình ấy. Là hàng rào để ta không rơi ngã. Là ánh đèn để ta không lạc đường. Là lời nhắc: đời nghiêng - nhưng tâm ta không nên nghiêng theo hướng tối mờ ảo. Hãy nghiêng về phía ánh sáng. Nghiêng về lòng từ, về sự tỉnh thức, về một nếp sống giản dị và chân thật.

***

Tôi viết bài này, trước là để tạ ơn, sau là để chia sẻ. Trong cuộc sống có khi có những điều nhỏ nhặt như vậy, nhưng nếu không nói ra, sẽ như dòng nước bị chặn, cứ mãi cuộn xoáy trong lòng. Tôi ôm ấp nó đã lâu.

Trước tiên, xin tạ ơn một mùa dịch - nơi tôi tìm thấy một cánh cửa tâm linh. Xin biết ơn chiếc xe có chức năng lane assist, đã làm hiện rõ một ẩn dụ. Nhưng trên hết, xin chấp tay niệm ân bậc thầy, người đã từ bi lặng lẽ dựng nên Giới đàn chỉ dành cho một giới tử.

Thứ đến, xin chia sẻ một hành trình - từ chặng đường nghiêng qua ngả lại, đến lúc tạm coi là vững chãi. Và cũng xin được chia sẻ với những ai đó đang đi giữa một thế giới chênh vênh, mà chưa biết sẽ nghiêng về đâu.

Nếu bạn đang nghiêng. Đừng lo!

Trái đất cũng đang nghiêng.

Quan trọng là: nghiêng về hướng nào? Nghiêng về thiện - dần thành thói quen lành, tập quán thiện. Nghiêng về ác - thành định mệnh.

Và mỗi lần nghiêng lệch hướng, ta chỉ cần lắng nghe... tiếng "bíp" nhắc mình quay về.

Bíp, bíp - để không quên lối.

Bíp, bíp - để trở lại chính mình./.

Tòa nhà Chọc Trời CN Tower ở Toronto, Canada
(ảnh: tác giả)

Vác Thang Đi... Gãi Mây Trời

Tản văn

Một dịp ghé Toronto. Bà chủ nhà trọ bảo: "Đến Toronto mà không lên CN Tower thì coi như chưa đến". Tôi chiều lòng. Lái xe đến, mua vé, hòa vào dòng người háo hức chờ thang máy đưa lên cao. Họ trầm trồ trước cảnh trời đất mở ra bên dưới. Còn tôi chỉ cảm thấy một khoảng không mênh mông, một độ cao lạnh lẽo không làm lòng mình rung động. Trong đầu chỉ vương lại một ý nghĩ: cái tên đầy mộng tưởng mà con người đặt cho thứ mình tự dựng lên - "*Wolkenkratzer*[1] - kẻ cào mây, kẻ gãi mây".

Những Kẻ Vác Thang

Ngày xưa, người Ai Cập đã xếp những khối đá khổng lồ lên nhau, cao dần, nhọn dần, đến khi chạm vào ánh mặt trời - họ gọi đó là Kim Tự Tháp. Người Trung Hoa thì dựng những ngôi tháp, những tầng chuông, như muốn thách thức cả trời cao. Còn người phương Tây, sau bao thế kỷ vẽ thánh đường, đục đá, dựng tháp nhọn, cuối cùng sản sinh ra một loại kiến trúc có cái tên đầy mộng tưởng Wolkenkratzer. Và rồi họ bắt đầu cuộc đua xem ai gãi được cao hơn.

Kẻ gãi mây ấy, có khi mang tên CN Tower của Toronto, cao 553 mét, như chiếc kim khổng lồ chọc vào vòm trời Canada lạnh giá. Có khi là Burj Khalifa, 828 mét - một mũi kiếm

---

[1] Chữ "Wolkenkratzer" tiếng Đức nghĩa bóng là nhà chọc trời; dịch nghĩa đen là kẻ cào mây, kẻ gãi mây.

vươn lên từ sa mạc Dubai, đâm thủng cả ánh nắng. Mỗi tòa tháp, mỗi công trình, là một ngón tay bằng bê tông và thép, kiêu hãnh chỉ thẳng lên trời, thầm nói: "Hỡi Thượng đế, chúng con cũng có thể chạm vào Ngài."

Tôi gọi họ là những kẻ vác thang - những người gãi mây. Và câu hỏi chợt bật ra: "Ai ngứa mà gãi đây?"

Ngài Long Thọ (Nāgārjuna), Tổ Sư của Trung Quán Tông ở Ấn Độ từng nói rằng: "Tất cả mọi cơn dục của thế gian này đều giống như những cơn ngứa, nếu càng gãi thì chúng càng ngứa. Tốt nhất là hãy đừng gãi nó".

Thế gian này, thật ra có vô số những người đang gãi. Gãi danh vọng, gãi quyền lực, gãi tiền tài, gãi ái tình, gãi cả đạo đức và tâm linh. Càng gãi, họ càng cảm thấy... chưa đủ. Và càng ngứa thêm.

Có người nói rằng, gãi trúng chỗ ngứa là một cái thú. Quả thật, khi cơn ngứa dấy lên, móng tay ta run rẩy tìm đến, gãi một đường thật ngon lành - cái sung sướng ấy như cơn gió mát thổi qua trong đêm hè. Nhưng niềm vui ấy ngắn ngủi trong chốc lát. Ngay sau đó, chỗ ngứa lại lan rộng hơn, sâu hơn. Và thế là ta gãi mãi. Càng gãi, càng rách da. Càng rách da, càng đau. Rồi đến một lúc nào đó, ta chẳng còn biết đâu là ngứa, đâu là đau nữa.

Cả nhân loại này, có lẽ, đang cùng nhau vác thang đi gãi mây trời - chỉ khác nhau ở độ cao và độ mệt.

Sinh ra ở Đông và sống ở Tây tôi đã chứng kiến cách thức "gãi ngứa" của cả hai. Một bên "vươn cao", một bên "nở rộng". Người Tây, khi vào thánh đường, dở mũ - ngước đầu nhìn Trời và chào Chúa. Người Đông đến đình chùa, khi bước vào điện thờ, họ cởi giày - cúi đầu trước Đất. Một bên kính Trời, một bên thuận Đạo. Cả hai đều là biểu hiện của niềm tin, chỉ khác nhau ở hướng ngón tay chỉ. Một chỉ lên, một chỉ vào trong. Người phương Tây thích ngẩng đầu nên họ xây cao để ngước lên, như một cách chinh phục trời xanh. Còn người phương Đông thích cúi đầu - họ mở rộng lòng, mở rộng đất, để tìm sự an ổn dưới chân mình. Từ đó mới có những ngôi chùa có bề rộng như một quả núi, Fo Guang Shan (Đài Loan) - diện tích 1.000.000 mét vuông là một ví dụ.

Hai hướng nhìn, hai cách gãi khác nhau.

Ở châu Âu, nhà thờ vươn lên trời như những mũi tên xuyên qua mây. Ulm Minster ở Đức - 161 mét. Rouen, Strasbourg, Cologne - mỗi cái tên là một tiếng vọng của tham vọng cao vời vợi. Mỗi ngọn tháp là một ngón tay chỉ thẳng lên cõi Trời, như thể nói: "Hãy nhìn xem, chúng con cũng có khả năng chạm đến những lãnh địa của quý Ngài!"

Còn ở Á Đông, chùa chiền không đâm lên trời mà mở bề rộng ra đất. Những mái cong, những sân gạch, những bậc tam cấp trải dài. Ngôi chùa là vòng tay ôm lấy nhân gian, không phải mũi giáo chọc vào mây.

Nếu lấy thước mà đo, ta có thể kể ra hàng loạt nấc thang cao đi lên trời:

- 38 mét - tượng Chúa Cứu Thế dang tay trên đỉnh Corcovado, ôm lấy Rio.

- 828 mét - Burj Khalifa, mũi kim của loài người chạm tới mây.

- 400.000 mét - trạm ISS lơ lửng giữa bóng tối.

- 384.400.000 mét - Mặt Trăng, vùng ngứa xa nhất mà con người từng gãi, từng muốn chiếm đoạt.

...Và còn nhiều "kỳ tích" khác nữa.

Càng kể ra, tôi càng thấy: loài người chúng ta không chỉ đang đua nhau đo chiều cao, mà còn đang đo độ sâu của khát vọng.

Ai Ngứa Và Ai Gãi?

Ngứa mà gãi là có triệu chứng bị bệnh dị ứng. Còn không ngứa mà vẫn gãi, ấy là kẻ mắc bệnh tưởng. Nhưng đáng sợ nhất là không biết mình có ngứa hay không, mà vẫn cứ gãi.

Ta gãi chỉ vì thấy người khác đang gãi. Thấy thiên hạ leo thang, mình cũng lo đi sắm thang. Thấy ai đó chạm trời, mình cũng cố với. Có khi, ta gãi chỉ để chứng tỏ mình còn... sống. Và chính lúc ấy, ta đã bắt đầu bị "ngứa tưởng". Cái "ngứa tưởng" ấy là mầm của tham. Nó khiến ta chạy mãi, vươn mãi, mà chẳng biết mình đi đâu. Gãi mãi một chỗ mây vô hình, để rồi mỏi mệt, rách nứt cả bàn tay.

Có câu chuyện. Ở một đạo tràng nọ có một vị đạo sư trong một thời thuyết giảng nhìn thấy đệ tử mình đang ngồi gãi lưng. Ngài bèn hỏi:

- Con đang làm gì đó?

- Dạ, con đang gãi ngứa.

- Gãi xong thấy sao?

- Dạ gãi ngứa xong thì luôn dễ chịu.

Ngài cười:

- Không phải sự gãi ngứa làm con thấy dễ chịu đâu mà thực ra con cảm thấy dễ chịu vì sự gãi đó làm cho cái ngứa tan mất.

Câu nói nghe giản dị mà sâu như đáy giếng. Dục vọng cũng thế. Mỗi khi ta thỏa mãn được một ham muốn, ta tưởng mình vui. Nhưng kỳ thực, sự thỏa mãn này chỉ đem lại một sự bình an tạm thời. Ta chỉ vừa thoát khỏi nỗi khó chịu của việc chưa được thỏa mãn. Niềm vui ấy chỉ là khoảnh khắc nhỏ nhoi giữa hai cơn ngứa.

Nếu ta biết dừng lại lâu hơn trong khoảng ấy - giữa hai dục vọng, giữa hai ý nghĩ - ta sẽ thấy một sự bình yên lạ lùng. Nó không ồn ào như tiếng reo thắng trận. Nó chỉ là một giọt tĩnh lặng, nhỏ thôi nhưng đủ để rửa sạch bụi bặm trong tâm.

Ngày CN Tower được dựng lên, người ta tự hào gọi nó là "ngón tay của Canada". Ngay lúc Burj Khalifa hoàn thành, người Dubai mỉm cười nói: "Chúng ta đã chạm được vào trời." Nhưng trời vẫn ở đó, không xa hơn cũng chẳng gần hơn.

Con người cứ leo, cứ gãi, cứ đếm số mét, số tầng - nhưng trời thì chẳng hề ngứa. Chỉ có lòng ta, cái lòng luôn muốn chạm đến điều không thể, là đỏ rát lên từng ngày.

Có phải mọi tòa tháp cao trên đời đều chỉ là dấu vết của một cơn ngứa tâm linh? Có phải mỗi lần ta xây cao hơn, lớn hơn, chính là lúc sâu thẳm trong ta vang lên một khoảng trống rộng hơn?

Trong khi đó, những am thất ở Đông phương được xây dựng với những cửa vào thấp đến lạ. Có nơi, muốn bước vào thất, người ta phải cúi rạp người, gần như quỳ xuống. Không phải để hành xác khách, mà để nhắc họ: hãy thu cái ngã lại ngoài kia, trước khi bước vào một cuộc tham thiền hay một tuần trà đạo. Và chính lúc ấy, tôi chợt hiểu: Có lẽ, người ta không gặp trời trên những tòa tháp gãi mây, mà ở khoảnh khắc cúi đầu trước một cánh cửa thấp.

Hóa ra, không phải cứ vươn cao mới chạm được điều thiêng liêng. Đôi khi, phải hạ mình xuống thật sâu - như lúc cúi sát đất lạy một Tôn tượng - mới nghe được tiếng thì thầm ở chính nơi ta tưởng là bé nhỏ nhất.

Nói Với Mây

Tôi nghĩ, tiếp xúc với mây không có gì đáng phiền trách. Miễn là ta biết, mây có mặt đó không phải để gãi, mà để ngắm nhìn, để ôm ấp, để mộng mơ... Và cũng để chiêm nghiệm về lẽ hợp tan. Như những vần thơ đẹp này!

Như khi thi sĩ Tagore viết về Mẹ:

I shall be the cloud and you the moon.
I shall cover you with both my hands,
and our house will be the sky.

(Rabindranath Tagore, "The Cloud and the Wave" - trích từ The Crescent Moon, 1913)

Con sẽ là áng mây, và mẹ là vầng trăng.
Con sẽ che mẹ bằng hai bàn tay nhỏ,
và ngôi nhà của chúng ta sẽ là cả bầu trời.

Như khi Hàn Mặc Tử viết bài thơ "Mây trắng bay":

Mây trắng bay về phía cuối trời,
Hồn tôi theo đó lạc xa xôi.
Một chiều đứng giữa sông trăng lạnh,
Nhìn bóng mình trôi chẳng biết nơi.

Nhưng không, đa số con người chúng ta vẫn cứ gãi vì bản tính tham lam cố hữu. Tham lam là một dạng bệnh ngứa. Nó bắt đầu bằng một chấm nhỏ - một ước muốn đơn sơ. Rồi lớn dần, lớn dần. Từ muốn có thêm tiền, đến muốn có thêm quyền, thêm danh vọng. Rồi muốn có thêm cả tình. Cuối cùng, muốn có thêm... sự an ổn, như một vòng đai an toàn. Thật mâu thuẫn! Nhưng lạ thay, khi tiền tài đến thì dường như sự an ổn càng lánh xa. Ta luôn sống trong trạng thái bất an!

Tôi từng biết những người giàu, đã có tất cả những gì người đời mơ ước trong tay vậy mà vẫn bồn chồn khó chịu như cảnh đêm khuya có con muỗi vo ve bên tai. Tôi cũng từng thấy các người nghèo, đong đưa trên chiếc võng dưới mái hiên nhà tranh, cười vui chỉ vì có cơn gió mát thổi qua. Thì ra, cái làm ta ngứa không phải thiếu hay đủ, mà là ta cứ mãi chạy theo nó, chưa chịu dừng lại.

Người biết dừng lại là người đã hết ngứa. Nếu bình an là khoảng giữa hai cơn ngứa, thì đời người chính là hành trình đi tìm cái khoảng ấy.

Ta sinh ra giữa tiếng khóc, lớn lên giữa tiếng gọi của dục vọng: "Hãy gãi ta đi!" - tiếng gọi của tiền bạc, của danh tiếng, của tình yêu, của niềm tin. Tất cả con người chúng ta đều như vậy, không có ngoại lệ. Cho đến một ngày, ta nhận ra: không có cái gãi nào khiến mình hết ngứa. Và chính lúc ấy, ta mới học được nghệ thuật đứng yên.

Đứng yên, không phải là dừng lại. Mà là nhìn thấy cơn ngứa đang dấy lên, mà không vội gãi. Như người nhìn mây trôi mà không vươn tay. Khi ấy, mây không còn xa, và lòng không còn ngứa.

Nhớ lại hôm chúng tôi đưa hũ tro cốt Sư Bà về nhập tháp ở Huế và đi viếng vài ngôi chùa ở đó. Cảnh chùa nào cũng yên tịnh, không ồn ào khách vãng lai. Vui nhất là hôm viếng Huyền Không Sơn Thượng, chùa xa thành phố trên núi, lại gặp hôm mây phủ và gió vờn. Dù đã ở trên núi cao mà chẳng ai muốn vươn tay với đám mây trời, chỉ cúi lạy ở từng Phật điện. Chỉ thấy khói hương lững lờ bay lên quyện vào câu Kinh - như thể mây tự gãi mình.

Có lẽ, thế giới của chúng ta cần cả hai: những người gãi để biết mình còn sống, và những người không gãi để giữ thế giới khỏi ngứa thêm.

Nếu mây biết nói, mây sẽ cười: "Các ngươi gãi ta làm chi? Ta chẳng ngứa. Chỉ có các ngươi - những sinh linh bé nhỏ kia - tự ngứa lòng mà thôi." Và khi ấy, chúng ta - những con người sẽ thấy mắc cỡ. Bởi bao đời nay, ta cứ tưởng mình gãi cho trời, mà thật ra, ta chỉ đang gãi cho chính cái ảo ảnh, cái hư danh trong tâm của chúng ta.

Tôi có lần đọc được một câu nói, và nhớ mãi: Khoảng cách giữa ta và Thượng Đế tương ứng với số dục vọng của ta. Càng ít dục, càng gần Thượng Đế. Càng nhiều, ta càng xa.

Bởi vậy - Ai ngứa mà gãi là da kẻ ấy có thể đang bị bệnh dị ứng. Còn không ngứa mà cứ gãi là người bị bệnh tưởng. Ai cứ lo chuyện gãi mây trên trời cao thì đúng là loại người bị bệnh tham.

Mây trên trời vốn chẳng cần ai gãi. Nó chỉ trôi, nhẹ như một ý nghĩ không tên. Chỉ có con người - những kẻ vác thang đi tìm cái xa xôi - tự làm mình ngứa bởi những khát vọng không cùng. Ta tưởng mình chạm được trời, nhưng rốt cuộc lại chỉ chạm vào cái bất an trong lòng. Một ngày nào đó, khi ta đặt thang xuống và đứng yên, ta sẽ thấy mây không còn cao, trời không còn xa. Tất cả đều vừa đủ cho một hơi thở dịu. Và lúc ấy, chỉ cần nhìn mây bay cũng đã là một sự bình yên.

Ngàn năm trước, khi đứng trước trời đất mênh mông, thi sĩ Thôi Hiệu đã nói ra điều ấy. Ông nhìn thấy mây, và trong mây ông thấy cái mong manh của kiếp người: đến rồi đi, ở rồi mất, trụ rồi tan. Mây trắng nghìn đời vẫn thong dong, còn người thì chỉ lưu lại vài dấu chân vội vã trước ngưỡng cửa thời gian. Có lẽ vì thế mà bài thơ Hoàng Hạc lâu của ông, sau nhiều thế kỷ, vẫn còn ngân lên như một lời nhắc: đừng gãi mây, hãy nhìn mây.

Xin thôi, đừng leo cao nữa. Hãy lắng lòng.

Và cùng nhau đọc lại bài thơ ấy - bài thơ đã đứng yên suốt hơn một nghìn năm để chỉ cho ta thấy một điều rất ư đơn giản: mây vẫn trôi, cuộc sống vẫn tiếp nối và vô hạn.

Hoàng Hạc lâu - *Thôi Hiệu (704-754)*

Tích nhân dĩ thừa hoàng hạc khứ,
Thử địa không dư Hoàng Hạc lâu.
Hoàng hạc nhất khứ bất phục phản,
Bạch vân thiên tải không du du.

Tình xuyên lịch lịch Hán Dương thụ,
Phương thảo thê thê Anh Vũ châu.
Nhật mộ hương quan hà xứ thị?
Yên ba giang thượng sử nhân sầu.

黃鶴樓－崔顥
昔人已乘黃鶴去，
此地空餘黃鶴樓。
黃鶴一去不復返，
白雲千載空悠悠。

晴川歷歷漢陽樹，
芳草萋萋鸚鵡洲。
日暮鄉關何處是？
煙波江上使人愁。

Lầu Hoàng Hạc - *Bản dịch của Tản Đà*

Hạc vàng ai cưỡi đi đâu?
Mà nay Hoàng Hạc riêng lầu còn trơ.
Hạc vàng đi mất từ xưa,
Nghìn năm mây trắng bây giờ còn bay.

Hán Dương sông tạnh cây bày,
Bãi xưa Anh Vũ xanh dày cỏ non.
Quê hương khuất bóng hoàng hôn.
Trên sông khói sóng cho buồn lòng ai?

Phần II

LÁ & GIÓ

Một Thoáng Nghiệp

Tản văn

Một Giấc Mộng Đã Bay Xa

Tháng tư Âu châu là tháng đón chào mùa xuân, sau nhiều ngày tháng đông tuyết giá lạnh. Xuân đến, và cũng do tiết trời thay đổi nhanh đến chóng mặt nên lại là mùa dễ sinh bệnh vặt. Thi sĩ Heinrich Seidel (1842-1906), người Đức, có bài thơ "Tháng Tư" nổi tiếng, từng in trong sách giáo khoa trung học ở Đức.

Tháng tư! Tháng tư!
Ông Trời còn không biết mình muốn gì nữa là (...)

April! April!
Der weiß nicht, was er will (...)

Buổi sáng cuối tuần tháng tư, ngồi lật lại những tờ báo cũ bị bỏ quên vì bận rộn, tôi dừng mắt ở một mẩu tin ngắn: một diễn viên trẻ qua đời sau nhiều cuộc phẫu thuật thẩm mỹ, mang theo giấc mộng trở thành bản sao của một thần tượng.

Tôi bàng hoàng. Cái chết ấy không chỉ khép lại một đời người còn rất trẻ, mà còn gợi lên một câu hỏi lặng lẽ: có phải con người hôm nay đang quá vội vàng với chính hình hài và số phận của mình? Như một cánh én rời mùa xuân quá sớm, để lại khoảng trời xanh chưa kịp sải cánh.

Trong cõi đời này, mỗi cánh chim - dù là chim sẻ hay hải âu - đều mang một cấu trúc riêng, một đường bay riêng. Không ai cấm ước mơ bay cao, nhưng khi chưa nhìn kỹ đôi cánh thật của mình, cú cất cánh vội vàng đôi khi lại trở thành một tai họa.

Có lẽ, đó cũng là một "thoáng nghiệp" của thời đại - khi con người không còn đủ kiên nhẫn để sống trọn kiếp của chính mình.

Một Thoáng Nghiệp - Đông và Tây

Tôi vừa đọc xong cuốn sách "Tổng Quan Về Nghiệp". Tác giả Tuệ Sỹ có nhắc một sự kiện rất thú vị, đó là một quãng đời của đám thanh niên chúng tôi thời ấy. Lớp thanh niên Việt Nam trong thập niên 60 và đầu thập niên 70, yêu hay không yêu nhạc Pop của nhóm "Tứ quái Beatles", đều biết đến bản nhạc "Instant Karma", gây tiếng vang một thời của Lennon, người dẫn đầu nhóm. Bản nhạc thật sự nói về nghiệp, "Một thoáng nghiệp!", với câu hỏi ray rứt "Why in the world are we here? - Sao ta có mặt trong cõi đời này? [1]

Đó không phải câu hỏi chơi. Đó là sự ray rứt có thật, mà giờ đây tôi hiểu đó chính là một cách chất vấn về Nghiệp - thứ vô hình nhưng bám theo từng bước đời người. Chúng tôi, lớp thanh niên miền Nam Việt Nam đầu thập niên 70, cũng từng thao thức trằn trọc với câu hỏi đó, dù sống trong bối cảnh hoàn toàn khác với ca sĩ Lennon: chiến tranh, bất lực, và không có sự lựa chọn.

Thời đó, chúng tôi đã mê The Beatles như một liều thuốc cứu rỗi tinh thần. Sau những ngày sống gấp, sống vội, những bài hát phương Tây chở đến làn gió nổi loạn, đầy hoài nghi. Chúng tôi dán ảnh Tứ quái Lennon - McCartney - Harrison - Starr trong phòng, xem họ như biểu tượng của một điều gì

[1] Tuệ Sỹ. Tổng Quan Về Nghiệp. Hội Đồng Hoằng Pháp, 2021.

đó mới mẻ, vượt ra khỏi gọng kìm chiến tranh và định kiến. Tấm ảnh bốn người bước trên vạch kẻ đường zebra trắng của bìa đĩa nhạc Abbey Road in sâu vào tâm trí - như lời mời lên đường, vượt thoát khỏi một hiện thực u tối.

Phải làm cái gì đó trước những đổ vỡ, nứt rạn tình người. Phải làm cái gì đó cho quê hương, cho đất mẹ trước cuộc chiến tranh tương tàn anh em Nam Bắc. Nhưng rồi chúng tôi đã bất lực không làm được gì cả.

Tất nhiên! Khi chúng tôi - những người trẻ - mở mắt chào đời là đã thấy chiến tranh nên không còn có sự chọn lựa nào khác. Không dám trách bên này, không phê phán bên kia. Chúng tôi chấp nhận cái Karma ấy đến với mình như cái nghiệt ngã của lịch sử đổ vào quê hương chúng tôi. Và cũng đổ ập lên đầu chúng tôi. Chúng tôi còn trẻ lắm, làm sao cảm nhận được cái ác nghiệt của số phận! Bước về bên này hay qua bên kia cũng không phải là chọn lựa của chính mình, mà chỉ do hoàn cảnh đưa đẩy. Cho nên, khi các trào lưu nhạc trẻ du nhập vào quê hương mình, chúng tôi tiếp nhận ngay dễ dàng không khí ngột ngạt với những cuộc nổi loạn về tư tưởng của thanh niên trí thức Tây phương trước những sụp đổ của tư tưởng và đạo đức bên trời Tây. Với những háo hức và nhiệt huyết của tuổi trẻ, chúng tôi đã từng tin rằng: âm nhạc có thể nói lên nỗi lòng thế hệ, có thể đánh thức điều gì đó tốt đẹp trong con người. Nhưng thú thật, để thấm được chữ "một thoáng nghiệp" mà Lennon đã nhấn trong bài hát - chúng tôi chưa đủ trưởng thành để hiểu trọn.

Sống giữa cảnh bom đạn chiến tranh, nơi cái chết có thể đến bất kỳ lúc nào. Chỉ cần thi rớt một môn học là vài tháng sau phải nhập ngũ vì hết giấy hoãn dịch học vấn. Và bị đẩy ra tuyến đầu. Rồi thời gian ngắn sau đó là gia đình nhận tờ điện tín xanh báo tử. Những bạn bè thân thiết của chúng tôi đã như vậy. Chúng tôi đã không thể tự tìm được đáp án cho câu hỏi "vì sao tôi ở đây?" mà chỉ gắng sống nốt, sống vội ngày hôm nay. Cũng như những tô mì ăn liền - instant noodles, ly cà phê pha nhanh - instant coffee của lính Mỹ nhập cảng - cuộc sống bị thu gọn trong những điều tiện dụng, vội vã, thiếu chiều sâu. Chúng tôi sống gấp, và hiểu "instant karma" cũng gấp - như cái nghiệp được phóng ra và quay trở lại trong chớp mắt. Chỉ mấy câu thơ của Nguyễn Bắc Sơn cũng có thể nói gọn tình cảnh ngày ấy: "Mai ta đụng trận ta còn sống | Về ghé Sông Mao phá phách chơi | Chia sớt nỗi buồn cùng gái điếm | Đốt tiền mua vội một ngày vui | Ngày vui đời lính vô cùng ngắn | Mặt trời thoáng đã ở phương Tây..."

Sau này, khi đến sống tại châu Âu, tôi mới hiểu thêm ra rằng sự nổi loạn của giới trẻ phương Tây - mà The Beatles là tiêu biểu - cũng xuất phát từ sự sụp đổ giá trị đầy định kiến và rỗng tuếch tinh thần.

Tại Tây phương, ngay từ thời kỳ cổ đại (Hy Lạp - La Mã), Tây phương đã nhìn số phận con người là một sự sắp đặt siêu nhiên do những thần linh định đoạt. Đến thời Trung cổ, do ảnh hưởng Kitô giáo người ta tin rằng số phận con người do Thiên Chúa sắp đặt, nhưng đồng thời con người có tự do ý chí để chọn điều thiện hay điều ác, tức phải chịu trách nhiệm trước Chúa. Mãi cho đến thời hiện đại và hậu hiện đại, khi chủ nghĩa Hiện sinh nổi lên mới khẳng định vai trò của lý trí, tự do và trách nhiệm cá nhân.

Cũng gần tương tự như thế, ở phương Đông, người ta nhìn đời người như qua một mẫu khuôn đúc. Triết lý Khổng Mạnh từ hơn hai ngàn năm trước, đã định hình mô thức xã hội: Quân - Sư - Phụ. Trên là vua, dưới là dân; cha mẹ quyết định tương lai con cái; thần tử phải chết theo vua, con phải chết theo lệnh cha mẹ - để giữ tròn chữ trung, chữ hiếu. "Quân sử thần tử, thần bất tử bất trung; phụ sử tử vong, tử bất vong bất hiếu."

Như vậy, dù Đông hay Tây số phận con người đều được áp đặt vào một khung định mệnh đã sắp sẵn - ở hình thức này hay hình thức khác. Phải chăng, đó chính là cách nhìn về "nghiệp" như một số phận đã được phân vai ngay từ khi mới lọt lòng.

Thật ra, con người chúng ta có mặt trên đời này không chỉ đơn giản là kết quả sự hòa hợp của tinh cha huyết mẹ, mà còn là kết tinh của tứ đại, từ những nhân duyên được lặp đi lặp lại. Nó không đơn giản là thứ gì đó "ông trời gán cho" hay "số phận đã an bài" mà là sự tích tụ - của hành vi, tư tưởng, cảm xúc - từ nhiều đời, nhiều kiếp. Cái mà ta thường gọi là "số phận" thật ra là dấu vết của nghiệp quá khứ in lên hiện tại - như dấu bánh xe hằn trên cát.

Chính từ đó, qua những bất lực của một thế hệ trưởng thành ngay trong chiến tranh tôi mới dần hiểu rằng, nghiệp không chỉ là khổ đau mang tính cá nhân - mà là một con đường, nếu biết, có thể chuyển hóa.

Đó là điều tôi suy tư và học được trong những năm còn trẻ và vùi đầu ở một Đại học Phật giáo tại Sài Gòn xưa.

Vác Nghiệp Trên Vai Mà Đi

Trong đời có những thứ ta mang theo suốt cuộc đời mà không hề nhận ra - như chiếc bóng, như hơi thở. "Nghiệp" cũng là một trong những thứ ấy.

Khi nghiệp đến, nó đến như hệ quả tất yếu - như hạt nảy mầm sau mưa, như dòng nước đổ về từ thượng nguồn. Không phải là hình phạt, càng không phải sự trừng phạt của một thế lực siêu nhiên, mà là kết quả tự nhiên của những gì ta đã từng gieo, dù vô tình hay cố ý. Ai kẻ gieo hạt mè thì sẽ gặt mè, gieo hạt đậu thì gặt đậu.

Ngay cả những bậc giác ngộ như đức Phật cũng không cản được bánh xe nghiệp khi nó lăn đến - huống hồ là phàm phu. Câu chuyện vua Lưu Ly tàn sát dòng họ Thích Ca là minh chứng cho điều đó. Dù đã ba lần can gián, dù đã biết trước hậu quả, Ngài vẫn không thể ngăn được bánh xe nghiệp đã quay đến hồi chín muồi. Tôn giả Mục-Kiền-Liên, vị đệ tử có thần thông bậc nhất của Phật, cũng bất lực. Dù dùng phép gom 500 hoàng tử của dòng họ Thích vào bình bát bay lên trời, nhưng khi mở ra, bình bát chỉ còn lại những giọt máu. Nghiệp - một khi hội đủ điều kiện - thì không ai có thể "nhốt lại", không ai có thể tránh. Trong quá khứ, chỉ vì một lần cầm gậy gõ nhẹ vào đầu con cá chúa để đùa giỡn khi còn là một cậu bé trong dòng họ Thích, tiền thân của Phật Thích Ca đã mang quả báo: ba ngày nhức đầu khi dòng tộc bị diệt vong. Nhẹ thôi, vì chỉ là cái gõ. Nhưng vẫn là quả báo.

Không ai thoát. Chỉ khác nhau ở mức độ.

Nhìn vào văn học Việt Nam, ý niệm "nghiệp" cũng không phải là xa lạ. Trong Truyện Kiều, Nguyễn Du đã cho Kiều rơi nước mắt bên mộ Đạm Tiên - một người chết trẻ, một ca nhi bất hạnh. Giọt nước mắt ấy, theo quan niệm dân gian, là khởi điểm cho những truân chuyên về sau. Người ta thường nói, khi khóc người âm thì bị oan hồn theo. Nhưng thật ra, không phải có oan hồn nào theo, mà là tâm thức Thúy Kiều chạm đến những đường mòn cũ trong chính nghiệp thức của mình. Có thể từ nhiều kiếp trước, nàng đã từng khởi tâm thương xót, nghiệp cũ sống dậy khi gặp điều kiện tương ứng. Giống như bước chân người đi mãi thành lối mòn trên một nền cỏ.

Và như vậy, nghiệp không ở đâu xa. Nghiệp chính là hành vi được lặp lại trong vô thức. Mỗi ngày, chúng ta đang góp vào tài khoản nghiệp của mình - thiện hay bất thiện - bằng từng hành động nhỏ. Một ánh mắt, một lời nói, một suy nghĩ ích kỷ hay bao dung đều ghi dấu. Thân nghiệp, khẩu nghiệp, ý nghiệp - ba loại nghiệp ấy như ba con đường dẫn về tương lai mà ta đang xây từng bước. Ai hiểu đạo sẽ không đổ lỗi cho người khác khi gặp bất hạnh. Họ sẽ lặng lẽ nhìn lại và tự hỏi: "Mình đã từng tạo nghiệp gì?"

Có một câu chuyện thú vị. Người sáng lập tập đoàn Kyocera Nhật Bản, ông Inamori Kazuo[1], từng chia sẻ một câu chuyện đặc biệt. Khi công ty của ông đang trên đà phát triển thành công, do nhiều đố kỵ nên bị công kích trên báo chí và sau đó bị tố nên chính quyền phải điều tra về vấn đề y khoa liên quan đến sản phẩm khớp gối nhân tạo của công ty ông sản xuất. Công việc tự dưng ngừng trệ, công ty tưởng chừng như sắp vỡ nợ. Ông rơi vào khủng hoảng. May thay ông sực nghĩ và tìm đến chùa Empuku ở Kyoto, tham vấn vị Thiền sư già Nishikata Tansetsu - thầy của mình - để xin một lời dạy.

Vị Thiền sư yên lặng nghe kể hết câu chuyện, rồi chỉ mỉm cười và nói: "Điều đó chứng tỏ ông đang sống. Nếu đã chết, ông đâu còn gặp khó khăn này nữa."

Ông Kazuo chưa hiểu. Thiền sư nói thêm: "Đây là quả báo của nghiệp ông từng tạo - đời này hoặc đời trước. Khi quả xuất hiện, là lúc nghiệp tiêu. Nếu quả này chỉ là những bài báo công kích và đôi chút trở ngại hành chánh mà xong, thì ông phải vui mừng vì cái giá trả còn quá nhẹ."

---

[1] Theo: Inamori Kazuo, Nguyễn Đỗ An Nhiên dịch: *Nghĩ Thiện, để cuộc đời và công việc viên mãn*. Nxb Trẻ, 2018

Câu nói ấy, với người mải mê tiền tài danh vọng sẽ cho là nghịch lý. Nhưng với người hiểu nghiệp, là ánh sáng. Vấn đề không phải là ta có tránh được hay không, mà là ta có chấp nhận sự thật, chuyển hóa và đi qua nó với sự tỉnh thức. Đó cũng là cái nhìn mà Nguyễn Du đạt tới ở phần cuối Truyện Kiều: "Có trời mà cũng tại ta, Tu là cội phúc, tình là dây oan."

Trời không quyết định tất cả. Cũng chẳng có ai trói ta bằng sợi dây định mệnh nào ngoài chính tâm thức ta. Nếu ta biết sống tỉnh thức, biết tu - thì ta có thể tháo được dần từng mắt xích của nghiệp. Chính cái nhìn đó mới là bước đầu của cánh cửa giải thoát.

Lặng Nhìn Gió Nghiệp

Không có một mũi tên nào được bắn ra khỏi dây cung mà chẳng trúng vào một nơi nào đó. Đừng vội nói, khi sợi dây cung vừa tung mũi tên xé toạc không khí bay lên trời cao mà tên không có đích là không làm tổn thương ai.

Không có chiếc lá nào rụng xuống mà không đánh thức khu rừng.

Không có giọt nước nào rơi mà không để lại gợn sóng trên mặt hồ.

Chúng ta vẫn hay nghĩ rằng, nghiệp là chuyện riêng, là quả báo chỉ quay lại với chính mình. Khi thấy một người quá đau khổ người ta hay thương hại nghĩ sao nghiệp nặng quá. Nhưng không, nghiệp chưa bao giờ đơn lẻ. Mỗi hành động là một hòn sỏi nhỏ ném vào mặt hồ tâm thức của cá nhân và của cả cộng đồng. Đó là thứ đang âm thầm dệt nên số phận của nhân loại từ từng sợi chỉ của hành vi cá nhân. Biệt nghiệp - Cộng nghiệp.

Do vậy, chúng ta không thể nói: "Tôi chỉ sống cho mình", khi mọi hơi thở ta hít vào đều từ lá phổi chung của hành tinh rộng lớn. Một hành vi nóng giận - không chỉ khiến tâm ta bất an, mà còn đang đốt cháy bầu không khí, tạo căng thẳng môi trường chung quanh. Một thói quen tiêu dùng tiện lợi - không chỉ làm thỏa mãn nhu cầu cá nhân, mà còn góp phần vào núi rác, gây tác hại thêm cơn nóng toàn cầu, làm tổn thương muôn loài trên hành tinh. Mỗi một hành động đều là hành vi tạo nghiệp. Và vì thế, trách nhiệm không còn đơn giản là một điều kiện luân lý, đạo đức. Đó chính là điều kiện sinh tồn.

Con người chúng ta kể từ khi cất tiếng khóc chào đời, rồi lần mò bước đi như người lần chuỗi đếm lui quỹ thời gian có được. Thời gian nối đuôi nhau đi mãi, không đợi không chờ. Đến một thời khắc nào đó dẫn đến trạm cuối là sự hủy hoại, là kết thúc. Đó là quy luật vô thường, biến đổi không ngừng của tất cả mọi thứ. Thành, trụ, hoại, diệt - là bốn giai đoạn tuần hoàn của vạn vật, không có một ngoại lệ. Gan lì, dũng mãnh như Thành Cát Tư Hãn cả đời trên yên ngựa không hề biết mùi chiến bại, vậy mà cuối đời vẫn luôn lảng vảng trong đầu một hình ảnh mà ông ta biết là trong đấu trường ấy chắc chắn mình sẽ là kẻ thua trận: Tử thần đang chờ đợi ở cuối đường hầm thời gian. Ai trong chúng ta rồi cũng có lúc đi đến điểm tận cùng ấy.

Và thú vị thay, chính cái hữu hạn ấy đã khiến đời sống trở nên đáng trân quý!

Nếu thời gian là trục để nghiệp quay, thì từng khoảnh khắc hiện tại là chỗ rẽ. Nơi ta có thể chọn đi tiếp - hoặc tỉnh thức hay mê muội. Nghiệp có thể tụ, nhưng cũng có thể chuyển. Nếu cộng nghiệp đang tích lũy, thì cũng có thể giải trừ - bằng tâm niệm từ bi, bằng quá trình tu tập. Vì sao?

Vì có những hạt mầm nằm yên dưới lớp đất khô suốt nhiều mùa không nảy, không phải là nó đã chết - mà do trời chưa mưa. Hay tương tự vậy!

Vì có chiếc lá lìa cành giữa ngày nắng, không phải tại trời vừa trở gió - mà tại cuống lá đã già từ những ngày tháng trước.

Danh từ chuyên môn nhà Phật gọi đó là nghiệp dị thục, tức quả báo của những gì đã gieo, có khi từ rất xa xưa. Không mất. Không trốn. Chỉ đợi lúc đủ duyên nó sẽ hiện ra nguyên hình. Người thường hay than van: "Vì sao hôm nay ta khổ?" Thức giả thì chỉ mỉm cười: "Vì hôm qua từng gieo, và sáng nay trời vừa nổi gió."

Thì ra, không có cái gì đến bất ngờ - chỉ là ta chưa nhận diện nó. Không một cánh chim nào bay vô hướng - chỉ là ta chưa quan sát kỹ những lần đập cánh.

Như vậy, nghiệp không phải là hình phạt, mà chính là dấu chân ta đã in. Và cũng vì thế, nó có thể được chuyển hóa bằng một bước chân mới. Nghiệp là lối cũ ta từng đi - nhưng cũng là con đường ta sẽ hướng đến.

Mỗi hành động, mỗi lựa chọn dù lớn hay nhỏ - như lời nói, như ánh mắt nhìn, như cách ta lái xe, cách nói năng, ăn uống... ta đều đang viết tiếp vận mệnh mình, đồng thời tác động vào vận mệnh của cộng đồng nhân loại.

Một thoáng nghiệp - dù chỉ là một làn gió nhẹ lướt qua đời sống, đủ giúp ta soi lại bước chân mình. Để rồi khi nó đến gần ta, ta quàng vai nó cùng bách bộ. Không than vãn. Không khiếp sợ. Từ đó, ta biết buông nhẹ, biết mỉm cười - để đi tiếp, giữa trần gian đầy cuồng phong gió bụi. Vui bước giữa thênh thang cơn gió nghiệp. Lòng nhẹ tênh.

Câu thắc mắc "Vì sao mình vui, vì sao mình khổ?" nghe ra cũng nhẹ tênh./.

Một gốc cổ thụ tại Bishops Park ở Fulham-Palace Road, London (ảnh: tác giả)

Người Giỏi Xây Cây Giỏi Chịu

Tản văn

Gặp Một Cảnh Nhỏ, Ra Một Câu Hỏi Lớn

Hồi mùa hè năm 2025 tôi bắt gặp cảnh này (ảnh trang bên) trên một góc phố London - chính xác là tại Bishops Park dọc đường tên Fulham-Palace Road. Một gốc cổ thụ bị đâm ngang bởi mấy thanh sắt lạnh, bó chặt lấy thân như kẻ đang bị trừng phạt và không còn được phép xoay mình. Giữa một thành phố đầy tiếng xe, bảng hiệu và hàng quán, hình ảnh ấy nổi bật một cách lặng lẽ, như thể có ai đó cố tình đặt nó vào đời sống này để thử xem lòng người còn bao nhiêu phần trăm khả năng biết đau xót.

Tôi đứng lại, bên dòng người hối hả. Cái đứng của một kẻ tự dưng bị cắt đứt dòng suy nghĩ bởi một cái gì đó không thuộc về lý trí. Không phải vì cái cây đẹp. Không phải vì hàng rào xấu. Mà chính vì có một sự xót xa âm thầm len lỏi vào lòng.

Trong khoảnh khắc ấy, tôi nghe trong mình dấy lên một câu hỏi cũ: Giữa thực vật và loài người chúng ta - ai có mặt trước trên cõi đời này?

Lùi lại vài trăm triệu năm

Tảo (algae) - một loại thực vật nguyên thủy - đã thở trên đại dương từ những ngày trái đất còn trẻ. Rừng nguyên thủy đã chạm đến bầu trời khi loài người vẫn chưa thành hình, chưa thành tiếng, chưa có lấy một hơi thở để kể về mình. Nghĩa là, cây cối chính là những người anh, người chị đầu tiên của mặt đất. Còn chúng ta - những đứa em sinh sau đẻ muộn - mới chào đời cách đây một khoảnh khắc rất ngắn trong lịch sử Trái Đất.[1]

Vậy mà từ thuở biết sử dụng đồ đá, chúng ta lấy đó làm vũ khí để chặt vào thân thể anh, chị mình. Từ thuở biết dựng nhà, chúng ta đã đốn vào rừng. Từ thuở biết khắc tượng, ta đã mài vào núi.

Tôi nhớ có người từng nói: Chỉ cần nhìn vào những vật dụng gỗ trong một căn nhà, bạn sẽ biết bao nhiêu cây đã chết đi để đổi lấy sự tiện nghi đó. Câu nói nghe qua bình thường, nhưng nghĩ lại càng thấy ngậm ngùi.

Tất cả những thứ con người coi là "nội thất" từng là "ngoại thất" của rừng.

Chúng ta tiếp xúc với cái chết của thiên nhiên nhiều đến mức xem nó là bình thường. Và gọi những cái chết ấy bằng một cái tên rất đẹp: tiện nghi.

Tuần báo "Die ZEIT" ở Đức có lần phỏng vấn nhà Sinh vật học (Biologin) Sarah Darwin - cháu bốn đời Charles Darwin (1809-1882). Vào năm 2009 bà đã đi từ Cape Verde đến Brazil, tiếp tục đến Úc và Nam Phi cho một chương trình truyền hình. Đi dọc theo bước chân của nội tổ mình để cảm nhận về những điều Charles Darwin ngày xưa đã thấy.

- Hỏi: "Thời điểm nào trong cuộc hành trình gây ấn tượng mạnh cho bà nhất? "

---

[1] Thực vật nguyên thủy xuất hiện khoảng 470-500 triệu năm trước đây, thậm chí các dạng tảo còn có lịch sử hơn 1 tỷ năm. Rừng lớn đầu tiên có khoảng 385 triệu năm trước. Trong khi đó, họ hàng trực tiếp của loài người là Chi Homo chỉ xuất hiện khoảng 2-3 triệu năm nay. Và Homo sapiens (người hiện đại) mới xuất hiện khoảng 300.000 năm - Tham khảo từ 2 nguồn tài liệu: *"Sapiens: A Brief History of Humankind"* (Yuval Noah Harari) và *"The Evolution of Plants"* (K. J. Willis & J. C. McElwain).

- Đáp: "Đó là lúc ở Brazil. Nhật ký của Charles Darwin đã mô tả rõ về những âm thanh và mùi vị của Rừng Nhiệt Đới (Regenwald). Một trăm tám mươi năm sau tôi đứng ở ngay tại địa điểm đó, ở Salvador da Bahia - và chẳng còn thấy Rừng Nhiệt Đới nào cả. Chúng tôi chỉ thấy có con đường dừa nước (Palmen). Hỏi thì không ai biết gì về Rừng Nhiệt Đới cả. Sau nhiều giờ tìm kiếm, chúng tôi thấy một khóm rừng nhỏ. Rừng Nhiệt Đới của Đại Tây Dương ngày hôm nay thấy không bằng một phần mười của ngày xưa, hơn 90% đã bị phá hủy".

Con người chúng ta đã bào xóa Rừng Nhiệt Đới của Darwin bằng nông nghiệp, đô thị hóa hạ tầng và lòng tham thu lợi từ nông phẩm. Có những mất mát đo bằng diện tích. Nhưng có những mất mát đo bằng cảm giác. Điều khiến chúng ta đau không phải là: 90% rừng đã biến mất. Điều khiến ta đau là: Những gì ông Darwin từng nghe, từng ngửi, từng thấy - chúng ta sẽ không bao giờ được cảm nhận lại. Chúng đã bị mất đi vĩnh viễn.

Loài người giỏi xây dựng đến mức có thể dựng lại một khu phố chỉ trong vài tháng. Nhưng loài người không thể dựng lại khu rừng như vậy. Một khu rừng biết thở, biết sống bằng cách thái riêng của nó.

Cái Chúng Ta Thường Gọi là "Đồ Nội Thất"

Có một câu nói đã khiến tôi vô cùng day dứt: "Đồ gỗ nội thất là cái chết của rừng được đánh véc-ni. Còn tượng đá - là cái chết của núi được tạc thành vĩnh cửu."

Chúng ta đang trang trí cuộc sống của mình bằng những cái chết được nghệ thuật mài giũa. Phải chăng con người chúng ta mang tính mâu thuẫn từ trong huyết quản - vừa yêu cái đẹp, vừa tạo ra nó bằng cách giết đi thứ làm nên cái đẹp ấy?

Người ta nói con người là sinh vật có ý thức. Nhưng đôi khi, cái "ý thức" ấy lại chính là nguồn gốc của việc ta hủy hoại mọi thứ bằng những lý do tự cho là hợp lý:

"vì tiện lợi",
"vì phát triển",
"vì kinh tế",
"vì nhu cầu".

Còn cây cối thì không tự biện minh. Cây chỉ đứng đó, chấp nhận. Cái im lặng của cây không phải là yếu đuối. Đó là tấm lòng từ bi của một sinh thể không biết thù, không biết trách, chỉ biết dang rộng tàn lá.

Khi rừng mất, nước mất theo. Khi nước mất, mây không còn chỗ bám.

Cái "quyền sống" mà con người hay hô hào - suy cho cùng, lại phụ thuộc hoàn toàn vào quyền sống của cây. Nhưng chúng ta ít khi nghĩ đến. Ta chỉ biết đến quyền sống của mình khi cảm thấy bị đe dọa. Còn quyền sống của cây - vốn bắt đầu trước ta rất lâu - ta lại xem như chuyện phụ.

Tôi nhớ một lần đi dạo trong công viên, cô con gái tôi đã hỏi: "Cây có biết đau không ba?" Tôi đang phân vân chưa biết trả lời sao, thì cháu lại hỏi tiếp: "Nếu cây không đau, tại sao ta lại cảm thấy đau khi nhìn nó bị chặt?" Tôi chịu thua và chỉ biết ôm con gái vào lòng.

Nhìn cái cây bị nhốt ở London hôm ấy, tôi không chỉ thấy như một sinh vật đang bị buộc chặt và giới hạn. Tôi thấy hình ảnh loài người trong tương lai, khi thành phố quá chật, không còn chỗ cho gió, và chính ta sẽ trở thành kẻ bị nhốt trong những "hàng rào tiện nghi" do mình tạo ra.

Cây không trách móc. Chỉ chính tôi tự cảm thấy mình có cái gì đó sai lầm.

Tôi nghĩ quyền sống không phải chỉ dừng lại ở các khẩu hiệu treo trên các bức tường ở tòa nhà Liên Hiệp Quốc. Ở đó có cả một kho tài liệu nói về điều này. Nhưng thật ra ý nghĩa cốt lõi của nó lại rất giản dị: con người có quyền được sống, và không ai - kể cả một chính quyền, hay một thảm họa do chính bàn tay con người tạo ra - được phép tước đi sự sống ấy một cách tùy tiện. Khoản 1, Điều 6 - Bản Công ước Quốc tế về các quyền Dân sự và Chính trị (ICCPR) ghi: "Mọi người đều có quyền sống, quyền này phải được pháp luật bảo vệ."

Nếu đối với con người, quyền sống là được thở ra, hít vào; thì đối với cây, quyền sống là được đứng yên, đón giọt nắng, uống hạt mưa, thả lá xuống đất. Rằng, khi ta lấy đi điều tự nhiên của cây - ta cũng đang lấy đi điều tự nhiên của mình.

Cây giống như một người anh cả - trầm lặng, rộng lượng. Núi giống một người cha - sâu, chắc, vững đến mức ta tưởng là bất tử. Nhưng nếu một ngày nào đó, người anh ấy ngã, người cha ấy sụp - ta sẽ biết ngay: chúng ta sẽ là những đứa trẻ mồ côi vừa đánh mất mái nhà và những người thân yêu của chính mình. Bài học đơn giản nhất mà trái đất muốn dạy ta là thế này: Biết cúi xuống trước một cái cây, để rồi biết đứng thẳng lên trước chính lương tâm mình.

Ngày tôi còn nhỏ ở quê, khi người ta vừa sinh ra là bò lăn trên đất và biết ngay đất mát mẻ ra sao, biết cây cỏ chạm vào tay thích thú thế nào, biết tiếng lá cọ nhau là một thứ nhạc của trời. Còn hôm nay, những đứa trẻ khôn lớn với âm thanh qua máy phóng thanh hơn tiếng suối reo; thân quen với ánh đèn LED hơn ánh trăng; biết tiếng nhạc Tik Tok nhiều hơn tiếng gió lọt qua tán lá.

Tôi không dám trách. Không ai có lỗi cả.

Cuộc sống bây giờ được lập trình để chạy nhanh hơn, cao hơn. Con người quá bận rộn. Ngay cả thời gian cũng bận! Chỉ có cây là không bao giờ bận. Cây chỉ đứng đó, im lặng, đợi ta nhớ đến. Nhưng con người lại ít khi có thời gian để nhớ.

Có lúc tôi nghĩ: Một cái cây bị bứng khỏi rừng và mang trồng giữa phố xá - chính là một sinh linh tha hương. Một cái cây bị rào sắt siết lại - đó là một sinh linh tù đày. Nhưng khi nhìn lại con người - chúng ta cũng đâu khác bao nhiêu!

Bao nhiêu người sống giữa phố mà thấy mình cũng lạc loài như cây kia? Bao nhiêu người sống giữa những tiện nghi mà thấy mình cũng như bị nhốt? Bao nhiêu người bỏ quê lên phố, đổi ruộng vườn lấy căn phòng vuông bằng xi măng - và rồi nhận ra mình làm việc từ sáng đến tối chỉ để trả tiền cho những bức tường?

Chúng ta đều cần một khoảng trời để thở - nhưng lại tự vây lấy mình bằng những hàng rào vô hình. Chúng ta đều muốn vươn lên - nhưng lại bị níu xuống bởi chính mong muốn của mình. Chúng ta đều muốn được nhìn thấy - nhưng lại sống giữa những đám đông không ai nhìn thấy ai.

Như vậy: giữa cây và người, có bên nào thật sự mạnh hơn ai đâu!

Người mạnh về trí. Cây mạnh về kiên trì. Người giỏi xây. Cây giỏi chịu. Người cất tiếng khóc khi sinh ra. Cây im lặng từ đầu đến cuối. Cái mạnh của người là hành động. Cái mạnh của cây là có mặt.

Con người chúng ta khi mệt mỏi hay chán chường thường tìm đến rừng. Rừng mở rộng vòng tay chào đón. Ta tìm đến như bước vào căn nhà của mình, không cần gõ cửa. Cứ bước vào - rừng không hề không đặt câu hỏi, không phán xét, không so đo.

Trong một khóa thiền tập cuối tuần ở vùng quê Ammersbek ngoại ô Hamburg chừng mười năm trước đây. Tôi tham gia hướng dẫn các bạn thuộc nhiều sắc tộc thiền ngồi, thiền đi. Tập vài động tác hít thở theo Thái cực quyền. Tập tiếp xúc với lá khi nhặt và cầm chúng trên tay. Hôm ấy tôi nhìn thấy một phụ nữ đứng ôm rất lâu một gốc cây chí thiết như ôm một người thân. Ban đầu tôi thấy lạ, nhưng nhìn kỹ tôi thấy nét mặt chị ấy dịu lại, hạnh phúc y như một người lâu rồi mới được tựa vào bờ vai ai đó. Tôi chợt hiểu: Cây đã làm được điều mà con người nhiều khi không làm được cho nhau: có mặt ở đó, mà không đòi hỏi, phán xét.

Rừng, cây chưa bao giờ cần ta. Nhưng có lẽ, ta sẽ rất đau khi nghĩ rằng rừng sẽ biến mất. Ta rất đau khi nhận ra, con người đang dần mất khả năng nhìn thấy rừng. Cảm giác y như lúc bà Sarah Darwin đứng trước một "Rừng Nhiệt Đới Trong Mơ" tại Salvador da Bahia, Brazil.

Thật vậy, ngày nay nhiều người - nhất là ở các nước đang phát triển - chỉ nhìn thấy rừng cây như một vật trang trí. Thấy cây xanh là "đẹp cảnh quan". Thấy rừng là "tiềm năng du lịch". Thấy gỗ là "vật liệu cao cấp". Thấy núi là "mỏ tài nguyên". Tất cả đều biến thành kinh tế - thành tiền - thành con số ước mơ sẽ có trong trương mục - thành lý do để khai thác. Nhưng ít ai còn nhìn cây như một sinh linh. Nhìn rừng như một mái nhà. Nhìn núi như một người cha đứng đó từ thuở trái đất còn chưa biết nói. Đáng buồn thay!

Sống Cùng Và Sống Với

Tôi đã suy nghĩ nhiều về hai chữ "quyền sống" ấy. Không phải quyền sống pháp lý, mà là tự bản chất. Không phải quyền tồn tại theo hiệp ước quốc tế, mà là một quyền nguyên thủy. Không ai cho, không ai cấp, không ai ban. Quyền được hiện diện trên mặt đất này theo cách thái tự nhiên nhất. Và bình đẳng!

Cây có quyền đứng yên. Núi có quyền nằm im. Biển có quyền dạt vào bờ rồi rút ra theo nhịp riêng. Gió có quyền đi rồi đến. Cũng như con người có quyền thở.

Cho nên, khi con người tước quyền sống của thiên nhiên, con người cũng vô tình tước quyền sống của chính mình. Không có cây, không có rừng, không có nước, không có mây - thì con người không thở được. Đừng nói rằng thiên nhiên trừng phạt chúng ta khi gặp cảnh thiên tai bão lụt chết người. Không, thiên nhiên chỉ khẽ lên tiếng nhắc rằng: Ta vẫn còn đây bên các ngươi. Chúng ta là một tổng thể cùng hiện hữu. Không có ta thì các ngươi cũng không thể tồn tại. Không có cái này thì cũng không có cái kia!

Một lần nọ ở Bồ Đề Đạo Tràng Ấn Độ, tôi đã nhìn thấy cảnh một cụ già Nhật Bản cúi đầu trước một thân cây cổ. Mới đầu tôi tưởng ở đó có một bức tượng. Nhưng không, chỉ một gốc cây. Cụ không nói gì. Chỉ cúi. Cái cúi rất nhẹ mà cũng rất sâu. Tự nhiên ngay lúc đó tôi hiểu: Cúi đầu trước cây là cúi đầu trước một vị niên trưởng, hay trước tiền nhân. Cây đã ở đây trước ta, có mặt trước ta. Vậy mà hằng ngày, trong sự kiêu hãnh của loài người, có khi ta lại hay quên điều giản dị ấy.

Khi nghĩ về một tương lai xa, tôi cứ lo sợ. Có thể có một ngày kia, một đứa bé - có thể là cháu hay chất của tôi - đang chơi bỗng ngưng lại và hỏi: "Ông ơi, rừng là gì?" Và khi lão người lớn ấy là tôi, không biết làm sao giải thích được cho chúng. Vì ý niệm một cánh rừng đã mất từ lâu. Tôi sợ phải mở điện thoại ra để tìm vài tấm hình xưa!

Lo thì lo vậy, nhưng tận sâu trong cõi lòng tôi vẫn còn tin một điều: Con người chưa mất hoàn toàn khả năng biết thương yêu. Chỉ cần nhìn một cái cây đủ lâu, lòng người sẽ mềm lại. Chỉ cần nghe tiếng lá rơi, ai cũng bước chậm đi một nhịp. Chỉ cần đứng dưới bóng râm của một tán cây già, con người sẽ hiểu thế nào là được che chở.

Để từ đó chúng ta sẽ thấy, cứu rừng không phải là chuyện gì to tát. Nó bắt đầu từ một cái nhìn. Nhìn tự trong tâm khảm, nhìn tự trái tim của ta!

Ngày còn nhỏ, tôi thường thấy ở các ngôi chùa tại miền Trung Việt Nam, khi một vị thầy lớn viên tịch người ta đeo tang cho tất cả các cây trong vườn chùa. Và cây cũng đau buồn ủ rũ khi thầy của mình ra đi. Các sư sãi luôn nhìn một cái cây với vẻ kính trọng, như nhìn một người anh lớn: trầm lặng, có mặt, chịu đựng, không bao giờ biết oán trách.

Cái cây bị nhốt ở London tôi nhìn thấy hôm ấy, có thể chỉ là một lát cắt nhỏ của thời đại. Thời đại mà con người dựng lên nhiều tường thành hơn là cánh cửa, và hy sinh những sinh linh im lặng để bảo vệ những tiện nghi ồn ào nhất.

Mất cây, ta mất đất. Mất rừng, ta mất bóng. Mất thiên nhiên, ta mất nhân tính.

Giữ lại một cây, chính là giữ lại một trạm dừng để loài người không lạc bước nhau, trong cái thế giới hỗn loạn này. Giữ một cái cây là giữ lại một hơi thở. Giữ lại hơi thở ấy - là giữ lại phần "người" trong mỗi chúng ta.

***

"Trees are the earth's endless effort
to speak to the listening heaven.

Cây là nỗ lực bất tận của mặt đất,
muốn thì thầm cùng bầu trời đang lắng nghe."

[Rabindranath Tagore, Fireflies - Đom đóm]

Kiel - Đức quốc, cuối Thu 2025

Đất Mẹ

Thư gởi con gái út - nhân "Earth Overshoot Day - 02.08.2023"

Cô bạn nhỏ thân mến,

Cô bạn viết điện thư chúc mừng tôi nhân Lễ Phật Đản.

Nhận được tôi quá vui và quá bất ngờ! Cũng tức cười nữa! Từ trước đến nay tôi chỉ nhận thiệp chúc Lễ Giáng Sinh theo truyền thống của người Tây phương chứ chưa bao giờ nhận Lời chúc Lễ Phật Đản.

Nhưng sao lại không? Người ta chúc nhau nghĩa vẫn luôn nghĩ đến nhau, một nghĩa cử quá đẹp! Chúc để nhớ về, để quan tâm đến nhau. Chúc để mang niềm vui đến người kia. Chúc để hiểu rằng những người thân yêu mình đang sống và cũng biết rằng ở phía bên kia người thân mình cũng đang nghĩ về mình. Những lời chúc chính là những lời nguyện cầu đích thực cho niềm vui sống đến người mình thương.

Giáo lý Phật Đà là giáo lý tạo kim chỉ nam cho người sống, để giúp con người sống một cuộc sống an lạc. Tuy đức Phật cũng có nói đến chuyện chết nhưng đó là chuyện thứ yếu. Nghĩ coi, kể cả về lượng, khi nói đến 4 cái khổ (tứ diệu đế) thì có đến 3 cái là trong phạm trù của sự sống. Sinh, lão, bệnh, tử. Như thế đức Phật muốn đưa con người trở về những vấn đề thực tại của cuộc sống.

Những tài năng lớn của khoa học trên thế giới và những học

giả nghiên cứu về Phật học thâm thúy - tên tuổi như Albert Einstein, Stephen Hawking - đã đồng ý rằng đạo Phật là một đạo lý hướng dẫn con người trên bước đường giải quyết những vấn đề trọng đại của sự sống, đầu tiên là vấn đề khổ đau.

Tôi biết đôi mắt của cô bạn nhỏ sẽ tròn xoe kèm theo nỗi ngạc nhiên khi đọc những dòng này, vì chỉ mấy tháng trước đây chính cô bạn đã hỏi tôi, sao mấy lần đến một ngôi chùa mà gia đình thường đến bây giờ chỉ thấy đám cúng, hương khói và khăn tang... mà ít thấy những chương trình tu tập sinh động cho người sống. Chả trách người trẻ bây giờ thích lui tới các trung tâm tu học Phật Giáo Tây phương vì họ chuyên tập trung tu tập mà ít nghĩ đến việc cúng kiếng mê tín.

Và tôi biết rằng những lời giải thích với tất cả cố gắng của tôi đã không thể thỏa mãn được cái suy nghĩ trong cái đầu đầy logic của bạn, những người trẻ sinh ra và lớn lên trong xã hội Tây phương. Cuối cùng tôi và bạn đã đồng ý nhau trên một khía cạnh thật nhỏ, là chùa cũng cần những buổi lễ như vậy để có phần cúng dường. Có vậy thì chùa mới có thể trang trải những chi phí giữa lúc đắt đỏ này và để cũng có thể tự tồn tại. Có tồn tại thì mới có nơi cho Phật tử như bạn và tôi lui tới lễ bái, viếng thăm.

Tất nhiên, biết vạch ra một lằn mức, biết cân nhắc liều lượng giữa tinh thần và vật chất là cái tài cái trí, cái thông minh của mỗi người. Khả năng dừng lại trước tiền tài vật chất là bản lĩnh của mỗi cá nhân.

Tôi nhớ có lần đọc được trong một tác phẩm của Sư Ông Nhất Hạnh (hình như chưa dịch ra ngoại ngữ để bạn nhỏ cùng đọc). Sư Ông viết lúc còn là một học tăng trẻ tuổi nhưng đã thao thức và viết những dòng thật tâm huyết và thâm thúy như sau.

"Đạo Phật phải hiện hữu trong cuộc đời thực tại, để giải quyết những vấn đề thực tại. Người Phật tử, Tăng Ni cũng như Cận sự, phải mang lý tưởng Bồ Tát, đem giáo pháp đi sâu vào cuộc đời không ngại gian lao khổ nhục. Đừng biến đạo Phật thành một tổ chức có uy quyền thế lực, có giáo đường vàng son, có điện ngọc thâm u. Đừng biến Tăng sĩ thành những con người sống vô tư trong sự ưu đãi của một chế độ cúng dường thiếu ý thức, quên lãng nhiệm vụ tự thực hiện giải thoát và phụng sự con người. Đừng để người Phật tử hiểu rằng Phật Pháp Tăng là những bảo vật xa vời không hiện hữu giữa cuộc đời đau khổ"... (Thích Nhất Hạnh: Đạo Phật Đi Vào Cuộc Đời.)

***

Cô bạn nhỏ thân mến,

Lòng vòng tôi quên chưa trả lời câu hỏi trong điện thư của cô bạn nhỏ. Cô bạn muốn biết: Phật Đản năm nay tôi đã làm gì, ở đâu?

Xin đáp: tôi đã sắp xếp thời gian rất ít ỏi của mình để đi lễ Phật ở chùa Viên Giác. Và lần này chỉ có thể đi một mình vì má của cô bạn vẫn còn phải chống gậy khi đi qua lại (sau khi té gãy chân 4 tháng trước), ngồi lâu chân sẽ sưng ù và có thể bị ứ máu bầm nên rất đau đớn. Hai tay phải ôm hai cây gậy thì khi muốn bưng tô mì từ bếp ra bàn ăn cũng phải cần có người giúp đỡ. Và người đó không ai khác hơn là tôi. Tôi chỉ phải đi Viên Giác năm này vì Sư Ông có ý muốn tôi về dự Lễ Cung Nghinh Đại Tạng Kinh Việt Nam mới vừa in xong và vừa được vận chuyển đến chùa chỉ ba ngày trước.

Bạn thừa biết, chúng tôi đã hạnh phúc như thế nào khi một phần trong Đại Tạng Kinh vừa in xong. Hạnh phúc vì vừa trải qua giai đoạn mà người ta thường nói "Vạn sự khởi đầu nan". Chúng tôi vui đón mừng Phật Đản, đón mừng ngày ra đời của một bậc đức Từ Phụ nhưng đồng thời cũng được đón chào bộ Thanh Văn Tạng, những lời dạy quý báu của chính Ngài sau khi đã tìm ra đạo giải thoát. Những lời dạy ấy đã được chép thành văn, trên giấy trắng mực đen để Phật tử cùng đọc. Tất nhiên chỉ khi họ muốn đọc. Tiếc rằng bây giờ số ấy không nhiều lắm. Do đó mới có tình trạng, ở chùa chỉ gõ mõ tụng Kinh. Và tiếc rằng cũng không phải để tịnh tâm giải trừ nghiệp chướng mà để... cúng đám. Tu sĩ hãnh diện khoe rằng mình cúng đám hay, gia chủ khóc nghẹn ngào và rối rít cảm ơn, kèm hậu tạ.

Do vậy nghĩ lại thấy thương cho Đức Phật của mình quá. Nếu Ngài chỉ tìm đạo chỉ để cúng lễ thì đâu cần bỏ công lao gian khổ đi vào rừng sâu để tu tập. Hoặc giả Ngài chỉ cần cầu đạo với Đạo sĩ Alara Kalama ở xứ Anupriya ngày mới rời hoàng cung là có thể biết các nghi thức tế tự. Cũng có khi Ngài cũng không cần vào rừng sâu mà chỉ ngồi ung dung giữa hoàng cung cũng có thể sai khiến quần thần đi sưu tập đầy đủ các nguồn Kinh điển Vệ-đà hay thỉnh mời các đạo sư tinh thông nghi lễ để thiết lập đủ văn kiện cho các nghi thức cúng tụng tế lễ linh đình thật "hoành tráng", nói như kiểu nói thời thượng bây giờ.

Không, đạo của Ngài là đạo cứu khổ. Giáo lý của Ngài là giáo lý sinh động cho cõi nhân sinh. Giáo lý của Ngài giảng dạy ra là để hành trì tu tập. Đối tượng để Ngài cứu độ tập trung cho những con người còn sống, còn hít vào thở ra, còn biết suy tư.

Mà không phải chỉ Đức Phật dạy như vậy. Cụ Khổng Khâu cũng có tư tưởng ấy, qua câu nói tương tự được kể lại trong sách Luận Ngữ. Đó là đoạn ghi mẫu đối thoại giữa Khổng Tử và quan đại phu nước Lỗ tên Trọng Do hiệu Quý Lộ. Quý

Lộ hỏi về việc thờ quỷ thần, Khổng Tử đã trả lời rằng: "Thờ người còn chưa nổi, làm sao thờ được ma? Quý Lộ hỏi thêm về sự chết. Khổng Tử nói: "Sống còn chưa biết rõ, làm sao biết được sự chết?" [1]

Lần này về chùa Viên Giác, tuy thời gian rất ít nhưng tôi rất đắc ý khi được ngồi ở sân chùa ăn tô hủ tiếu. Tôi không chỉ muốn nói là tô hủ tiếu nấu rất ngon đúng vào lúc tôi đói bụng. Không chỉ vậy! Các anh chị ở quầy hàng hủ tiếu đã trao cho chúng tôi những tô hủ tiếu đựng trong các tô thật, kèm theo muỗng và đũa, cũng thật. Tôi đắc ý vì chỉ tuần trước ở một ngôi chùa khác, tôi đã nhận được phần cơm đựng trong hộp nhựa. Muỗng nĩa cũng là đồ nhựa. Ly uống nước cũng là đồ nhựa. Những loại này chính quyền Đức đã cấm sử dụng từ sáu tháng trước đó để bảo vệ thiên nhiên, bảo vệ môi trường sống mà giờ vẫn thấy ở đây như những năm trước. Hình như chỉ ở các cơ sở tôn giáo là còn đương nhiên dùng. Không biết vì chùa, nhà thờ không biết; hay chùa, nhà thờ tự cho mình có đặc quyền ấy. Vì như đã nói, người ta cứ nghĩ rằng chùa hay nhà thờ là cơ sở lo cho việc chết, thì màng chi đến việc sống.

Có thể việc dùng chén bát có thể rửa sạch để dùng lại ở chùa Viên Giác đã có từ nhiều năm nay, nhưng vì lâu nay tôi ít về đây trong các dịp lễ lớn như Phật Đản nên không thấy. Lần này chứng kiến rất nể phục mấy Thầy và Phật tử ở Viên Giác.

Trong thời đại vô cảm hiện nay, con người ở xã hội Tây phương chúng ta quá đầy đủ về vật chất nhưng lại quá đói khát về niềm tin. Chúng ta đói về lương tâm, chúng ta đang đói về sự đồng cảm. Chúng ta đang đối mặt với "một nền văn

---

[1] Quý Lộ vấn sự quỷ thần. Tử viết: "Vị năng sự nhân, yên năng sự quỷ"? Viết: "Cảm vấn tử". Viết: "Vị tri sinh, yên tri tử"? (Luận ngữ, XI, 11).

hóa dửng dưng". Rất nhiều người trong chúng ta đã dửng dưng quay mặt khi nhìn thấy đồng loại gặp hoạn nạn. Dửng dưng trước nỗi buồn, niềm vui hay lo lắng của những người chung quanh. Rất nhiều người trong chúng ta cứ phớt lờ xả rác ny-lông hay phí phạm tài nguyên thiên nhiên trong khi địa cầu của chúng ta đang bị hâm nóng, băng giá đang tan dần, thiên tai tràn khắp; phớt lờ nhìn địa cầu run rẩy, biển cả thét gào.

Cô bạn nhỏ của tôi ơi!

Trên đường một mình từ chùa về nhà, tôi đã nghĩ về bạn và nhớ bạn nhiều lắm. Cũng có thể vì mới vừa nhận được điện thư của bạn. Và cũng có thể nhờ đó mà tôi nhớ những câu chuyện của mình những hôm cùng đi bách bộ đi dạo bờ biển cùng bạn nhỏ. Tôi còn nhớ những buổi chiều ngồi uống cà phê, trà và tán gẫu về những vấn đề thời sự của cuộc sống. Một già trên đầu chỉ còn tóc bạc, một trẻ mái tóc xanh đen, vậy mà rất ý hợp tâm đầu. Và tôi nhớ nhất là kỳ nghỉ hè, lúc mình lái xe trên xa lộ ở Mỹ và cùng nghe, rồi cùng hát bài hát "Earth Song - Bài ca Đất Mẹ" của Michael Jackson, đoạn đường dài vắng tanh sau khi thăm Grand Canyon năm rồi, để đuổi cơn buồn ngủ. Tôi đã không nhịn được phải phì cười khi nhớ lại khung cảnh hôm đó. Bạn đã hát rất hay, đúng giọng Mỹ và đúng lời bài hát. Tôi chỉ có thể hư hử nhỏ trong miệng theo thôi vì tôi không thuộc lời. Bạn lại còn cố lắc lư nhảy theo kiểu của Michael Jackson - dù các động tác ấy nếu con gái làm thì trông xấu lắm! Bạn còn nhớ bài gì mình hay hát không? "Earth Song - Bài ca Đất Mẹ".

Rồi hôm nay ngồi một mình nhân "Earth Overshoot Day - 02.08.2023". Nhẩm tính - tháng 8, có nghĩa là 7 tháng qua, con người chúng ta đã hoang phí thiên nhiên cho cả năm nay rồi, vậy 5 tháng còn lại lấy gì mà sống. Người ta tính ra, ở mức này thì mình cần phải có 1,7 trái đất mới đủ sống. Tìm đâu ra được 0,7 địa cầu - 0,7 đất mẹ ấy đây?

Tôi ghi lại đây lời của bản nhạc "Earth Song - Bài ca Đất Mẹ" của Michael Jackson, người được tôn vinh là Ông Hoàng của nhạc Pop và người đã nhiều năm qua rao giảng cho đời bài học giá trị ấy.

Earth Song - Bài Ca Đất Mẹ *(trích một phần)*

What about sunrise
Thế còn ánh bình minh chói lọi thì sao
What about rain
Thế còn những giọt mưa trong lành thì sao
What about all the things
Thế còn tất cả những điều
That you said we were to gain
Mà bạn từng nói chúng ta phải đạt được
What about killing fields
Thế còn những cánh đồng giết chóc thì sao
Is there a time
Liệu có còn khoảnh khắc đó chăng
What about all the things
Thế còn tất cả những điều
That you said was yours and mine
Mà bạn từng nói là của bạn và của tôi

[...]

Where did we go wrong
Chúng ta đã sai ở đâu
Someone tell me why (what about us)
Ai đó nói tôi biết tại sao đi (còn chúng ta thì sao)
What about babies (what about us)
Thế còn những đứa bé thì sao (còn chúng ta thì sao)

What about the days (what about us)
Thế còn những ngày sắp tới thì sao
(còn chúng ta thì sao)
What about all their joy (what about us)
Thế còn những niềm hạnh phúc của chúng
(còn chúng ta thì sao)
What about the man (what about us)
Thế còn những người đàn ông (còn chúng ta thì sao)
What about the crying man (what about us)
Thế còn người đang khóc (còn chúng ta thì sao)
What about Abraham (what about us)
Thế còn tổ phụ của chúng ta (còn chúng ta thì sao)
What about death again
Thế cái chết một lần nữa thì sao
Do we give a damn
Liệu chúng ta có quan tâm hay không
Aaaaaaaaah ohhhhhhhh

(Nguồn: voca.vn)

Khi viết đến đây, tôi có hỏi một vài người quen, nhất là những người đã ở từ tuổi sồn sồn trở lên như tôi, có rất nhiều người chưa nghe bài hát này, dù bài hát được viết ra từ năm 1995 và rất nổi tiếng. Với ý nghĩ, dù lớn hay bé chúng ta đều phải có trách nhiệm góp phần không nhỏ làm hư hỏng quả địa cầu của chúng ta, nên tôi xin ghi lại 2 đường link mà theo ý tôi là 2 Version hay nhất của Michael Jackson trong bài hát này, để mọi người cùng thưởng ngoạn và cùng suy nghĩ.

Bản thu hình chính thức (Clip 1, thu hình tại nhiều châu lục): https://www.youtube.com/watch?v=XAi3VTSdTxU

Thu hình sân khấu trình diễn (Clip 2):

https://www.youtube.com/watch?v=buCdGwH2Efc

Mỗi ngày khi thức dậy, tất cả chúng ta cũng có thể cùng nhau đặt câu hỏi: *Còn chúng ta thì sao?*

Trong Video Clip 2, ở phút 7:43 sau khi đặt các câu hỏi cho chính mình để chấm dứt bài hát, có một màn kết thúc quá đẹp: người ca sĩ đứng trước họng súng xe tăng. Từ bên trong chiếc xe tăng xuất hiện một người lính hùng hổ tay cầm súng chỉ thẳng vào đám đông, rồi quay lại chỉ thẳng vào người ca sĩ. Người ca sĩ tiến về phía họng súng và dùng tay gạt nhẹ mũi súng xuống. Người lính trầm tư, nhìn và từ từ quỳ xuống. Cả hai cùng xúc động và mắt cả hai cùng đẫm lệ. Phía bên kia xuất hiện một bé gái tay cầm một cành hoa hướng dương nhẹ nhàng bước ra. Bé gái trao cho người lính cành hoa. Người lính lặng yên cầm lấy, mắt tràn lệ rồi cúi gục xuống nức nở. Người ca sĩ cũng ôm người lính và cùng cúi xuống. Chung quanh họ, trên sân khấu, người già, em bé, thiếu phụ... chăm chú nhìn với nét mặt hân hoan. Nhạc đệm chậm dần và kết thúc giữa tiếng hoan hô reo hò của cả trăm ngàn khán giả.

Màn kết thật tuyệt đẹp. Nhiều cặp mắt trong khán giả cũng long lanh ăm ắp đầy những dòng lệ.

Trong không gian thấp thoáng bóng hình câu tự vấn: *Còn chúng ta thì sao?*

Thầy Sói

Tản văn

Nghe vẻ nghe ve,
Nghe vè họ nói
Chuyện người chuyện sói.
Sói nói tiếng người
Sói biết đọc chữ
Lão người thì không
Cả kiếp lông bông
Lão làm bạn sói
Sống vui với sói.

Nói cho vui vậy chứ không phải vè dân gian mà là vè tự đặt, chắc còn tệ hơn thơ con cóc. Vậy, thôi xin ngưng múa rìu, tôi xin chép đoạn văn hay này ra đây trước đã, chuyện khác xin hạ hồi phân giải.

> *"Ursus và Homo gắn bó với nhau bởi một tình bạn tha thiết. Ursus là một con người, Homo là con sói. Đôi bên rất tâm đầu ý hợp. Chính con người đã đặt tên cho con sói. Cũng có thể chính ông đã chọn tên cho mình; thấy Ursus hợp với mình, nên ông thấy Homo rất hợp với con vật (Ursus: gấu; Homo: người). Việc kết bạn giữa người này và sói nọ những kẻ tò mò xúm đen xúm đỏ, Ursus lại cất tiếng ba hoa, Homo lại tán thành. Mõm ngậm một cái bát gỗ, Homo lễ phép đi xin tiền khán giả. Thầy trò cứ thế kiếm sống qua ngày. Sói biết chữ mà người không biết chữ. Sói được người huấn luyện, hoặc*

tự luyện lấy một mình, làm được nhiều trò sói rất dễ thương, góp thêm phần thu nhập. ***'Cốt nhất chú mày đừng thoái hóa thành người đấy'****, ông bạn nói với nó như thế.*

Sói không bao giờ cắn, nhưng người thì cũng thỉnh thoảng. Ít ra cắn là ước vọng của Ursus. Ông vốn là một người yếm thế, và, để tỏ rõ tính yếm thế của mình, ông đã chọn lấy cái nghề múa rối. Cũng cốt là để kiếm sống, vì dạ dày hay áp đặt điều kiện của nó." [1]

Đó là nguyên bản một đoạn văn tôi đã tự chép tay khi ngồi trong một khách sạn vùng quê ở Đan Mạch sau một cuộc hội thảo khoa học nặng óc ù tai. Ở vùng biên của hai nước Đan Mạch và Đức này người ta vừa dựng xong một hàng rào dọc đường biên giới để ngăn chặn heo rừng vì sợ chạy qua lại mang theo bệnh truyền nhiễm, làm sói ta cũng bị vạ lây. Thấy vậy mới biết thú vật chơi đẹp với đồng loại hơn con người. Chúng đi lang thang không cần chiếu khán nhập nội gì cả, cũng chẳng cần biên giới, khỏi khai quốc tịch. Do quên mang theo sổ tay nên tôi đã phải dùng 5 tờ giấy loại nhỏ xíu của khách sạn dành cho khách ghi chú mới chép đủ đoạn văn ngắn này. Rồi tôi đã kẹp mấy miếng giấy nhỏ đó gọn trong cái tập bìa cũng nhỏ, dùng lưu giữ linh tinh các thứ cần cho các chuyến công tác họp hành, số điện thoại, danh thiếp... Sau đó quên mất. Mấy ngày nay rảnh rỗi lục ra sắp xếp dọn dẹp mới gặp lại được, xem như là... ngộ cố tri. Đúng hơn phải nói là gặp lại người thầy giáo cũ, thầy Sói.

Tôi nghĩ, sao con người ta cứ ưa chụp mũ cho sói, đổ tội là sói ăn thịt người. Đúng ra người mới ăn thịt súc vật. Và

[1] Victor Hugo - Hoàng Lâm & Lê Chi dịch: *Thằng Cười*. Nxb Văn Học, 2019. [Câu văn in đậm là do tác giả bài này (VCT) nhấn mạnh, bản chánh không có].

tất nhiên người cũng có thể ăn thịt luôn cả sói. Không những thế, người còn có thể ăn thịt cả đồng loại của mình - nói đúng chữ là họ làm thịt đồng loại mình, bằng cách này hay cách khác.

Trước tiên phải trách anh em nhà Grimm, dù chỉ một lời trách nhẹ. Năm xưa, trong lúc hứng chí hai ông người Đức có tên Jacob và Wilhelm Grimm vui miệng kể ra câu chuyện cổ tích. Câu chuyện Cô Bé Quàng Khăn Đỏ anh em nhà Grimm kể nghe quá hấp dẫn, tưởng như thật nên ai cũng tin. Con nít tin mà người lớn cũng tin. Tin nên chi mới làm hại cả dòng họ nhà sói. Từ đó sói phải chịu tiếng oan.

Truyện kể có cô bé quàng khăn đỏ đem bánh và sữa đến biếu bà ngoại. Chẳng ngờ bà ngoại đã bị sói nuốt chửng vào bụng trước rồi. Sói còn tinh ranh nằm trên giường giả dạng làm bà ngoại. Anh em nhà Grimm còn kể đoạn đối thoại hấp dẫn giữa sói (trong hình thù bà ngoại) với bé Khăn Đỏ như sau.

Gõ cửa nhà chẳng nghe có tiếng trả lời. Bé Khăn Đỏ đẩy cửa đi vào, bước đến bên giường ngoại, kéo màn ra thì thấy bà nằm đó, trùm người kín mặt, trông hơi khác lạ.

- Bà ơi bà! Sao hôm nay lỗ tai của bà to quá vậy? Khăn Đỏ ngạc nhiên hỏi.

- Tai bà to là để nghe cháu nói rõ hơn đó.

- Bà ơi bà! Sao mắt bà lớn vậy?

- Mắt bà lớn là để bà nhìn thấy cháu thật rõ.

- Bà ơi bà! Sao tay bà cũng dài hơn vậy?

- Tay bà dài để bà nắm lấy cháu dễ hơn.

- Ô, trời ơi! Sao miệng của bà cũng to, trông dễ sợ quá!

- Miệng bà to là để bà có thể nuốt cháu dễ hơn đó.

Vừa dứt lời, sói ta liền nhảy ra khỏi giường, nuốt chửng Khăn Đỏ đáng thương vào bụng.

Truyện còn thêm một đoạn nữa, kiểu happy end. Khăn Đỏ được ông lão tiều phu cứu sống. Anh em nhà Grimm say mê kể mà bỏ quên không nhắc tới ngoại, để cho bà chết luôn. Tội nghiệp và thương ngoại quá!

Tổ chức NABU của Đức đã nghiên cứu và tuyên bố rằng sói không hề ăn thịt người. Tất nhiên khi người dồn sói vào đường cùng thì sói sẽ phản ứng và cắn lại. Ai chả vậy! Nhưng tuyệt nhiên sói vẫn không ăn thịt người. Sói ăn thịt các loài động vật như: nai (52,1%), hươu (24,7%), heo rừng (16,3%) và một vài những động vật khác như trong hình minh họa.

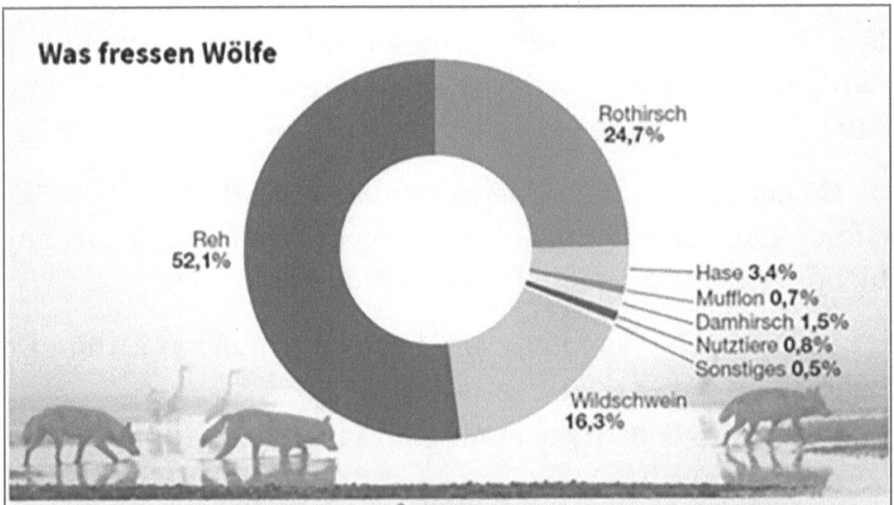

Nguồn: https://www.nabu.de/tiere-und-pflanzen/

Xưa người cũng có thời ăn thịt sống như các loài thú. Người tiền sử mới đầu đi săn mồi để ăn thịt. Bởi vậy, do cạnh tranh nên loài người đã từng rất sợ các loài thú dữ có sức mạnh. Đó là cái thời mà quyền lực được đo bằng bắp thịt, kẻ nào khỏe hơn và vồ mồi nhanh hơn thì kẻ ấy thắng. Con người do vậy, từ nỗi khiếp sợ dẫn đến lòng kính sợ các loài thú dữ có sức khỏe. Ví dụ như người đã không dám gọi cọp là con mà gọi bằng ông - Ông Ba Mươi.

Sau đó loài người tinh khôn hơn, dạy thú giúp người đi săn thịt. Tiến xa hơn, người nuôi thú để ăn thịt mà không phải mất công đi săn nữa. Người biết cách dùng lửa hun khói giữ thịt lâu hơn, biết dùng băng tuyết đông lạnh để thịt không hư thúi v.v... Thêm bước nữa, con người chế ra tủ lạnh, kho đông đá... để tích lũy đồ ăn càng ngày càng chất chồng. Song song theo đó, con người bắt đầu tích lũy tài sản, nhà cửa, ruộng vườn và những thứ khác. Con người với ít nhiều tính tinh ranh, tự phong cho mình là chúa tể của muôn loài. Người nói: tất cả những loài vật khác sinh ra là để cho người ăn thịt. Sướng không? Sao nói ngang ngược vậy, nghe sao cho được! Bộ chỉ có người là được quyền sống sao? Những loài chúng sinh khác thì chỉ sinh ra và nằm đó chờ lệnh điểm danh để nạp mạng. Đó là điều phi lý nhất trong tất cả những lý luận hồ đồ của loài người.

Và từ đó người sinh ra hư đốn dần. Sói vẫn cứ sống đời sói. Sói biết đủ, chỉ săn mồi vừa đủ ăn. Ăn no rồi đi dạo chơi, mệt thì lăn đùng ra ngủ. Lúc đói lại đi săn mồi tiếp - như quy luật cung cầu của thiên nhiên.

Người thì khác lắm! Người gom góp càng nhiều càng tốt. Khi đã có nhiều rồi người vẫn thấy chưa đủ. Đến lúc dư thừa thì đổ bỏ đi làm hư thối địa cầu. Rồi vì quá dư thừa nên sinh chán, người thích tìm thêm những món lạ. Người giàu sang quý phái thích tổ chức những cuộc vui linh đình với các bữa tiệc gồm các món gọi là "sơn hào hải vị". Sơn hào hải vị là hết thảy các món ngon lạ quý từ trên núi cao đến đáy biển sâu; nghĩa là ráo trọi từ gấu, hổ báo, voi rừng, khỉ vượn cho đến cá voi, cá heo, rùa biển... họ đều không tha món nào. Những loài động vật vừa kể tên này đang trên đà tuyệt chủng vì cái miệng háu ăn của con người.

Cho đến nay, ở thế kỷ 21 mà vẫn còn khối kẻ tin rằng, nếu ăn được các loại động vật có sức mạnh, nói đúng hơn là các bộ phận của cơ thể các động vật này thì sẽ bổ dưỡng hay chữa bệnh - ngay cả khi mấy ông bà ấy chẳng có bệnh gì đáng quan tâm cả. Chỉ cái bệnh ích kỷ của họ là bệnh cần chữa trị nhất thì lại không lo. Quan điểm ăn uống mà họ tin tưởng đến độ thành phương châm ẩm thực là lý thuyết "dĩ hình bổ hình". Bốn chữ này nghĩa nôm na là "ăn gì bổ nấy". Từ đó hàng loạt những loài thú hoang dã được họ liệt kê trong một thực đơn dài thòng theo cái thuyết kém khoa học và vô căn cứ kia. Tệ hại hơn, để tăng thêm phần cầu kỳ mới lạ các nhà hàng ăn còn bày thêm các trò hành hạ con vật trước khi làm thịt, như làm các show cắt cổ mổ bụng để mua vui cho thực khách. Trước đây nhiều lần các cơ quan thông tin Tây phương đưa tin và phê phán cách thức một số nhà hàng ở Á Châu dọn món óc khỉ lên bàn trong khi con khỉ vẫn còn sống, cặp mắt vẫn còn trợn ngược nhìn trâng tráo ngay giữa mâm ăn.

Trong một bài viết của giáo sư Yi-Zheng Lian, Trần Thế Kiệt dịch [1] có nhắc và phê phán cách dùng một món "thuốc" khác là món chồn hương (palm civet), một loài động vật cũng bị nghi ngờ là nguồn lây lan virus SARS-CoV-2. Bài viết nói

[1] Theo https://www.diendantheky.net/2020/04/yi-zheng-lian-tai-sao-dich-coronavirus.html (truy cập 30/ 4/2021). Giáo sư Lian gốc người Hongkong, đang giảng dạy tại đại học Yamanashi Gakuin University, ở Kofu, Japan; là tác giả nhiều bài viết giá trị về các nước Á Châu, đặc biệt về Trung quốc.

rằng, người ta nghĩ chồn hương đem hầm thịt rắn có thể chữa bệnh mất ngủ. Dân ít tiền thay chồn hương bằng thịt chó. Để món ăn này thêm phần bổ dưỡng, người ta dồn đuổi con vật chạy quanh cho đến khi sinh lực thấm vào da thịt, khi vật đuối sức gục xuống thì họ mới đem làm thịt. Rồi do phải bảo đảm 100% thịt tươi sống nên tất cả những động vật này thường bị giết ngay trước buổi tiệc, thậm chí còn ngay trước bàn ăn. Thuở xưa người ta dùng từ "chim kêu vượn hú" là để diễn tả cảnh rừng sâu thăm thẳm. Bây giờ nghe nói có rất nhiều nhà hàng ăn ở thành phố nhốt vượn trong chuồng đặt ngay nhà bếp, chúng cũng cất tiếng kêu rất thảm thiết. Khi mang các động vật hoang dã vào tận bếp họ đã vô tình kéo theo những vi khuẩn gây nhiều bệnh hiểm nghèo.

Còn hàng khối các loại "thuốc bổ" theo lý thuyết "dĩ hình bổ hình" khác mà nhóm người này tin theo. Ví dụ như dương vật của bò và dê (ngầu pín và ngọc dương) tốt cho đàn ông trong chuyện sinh dục. Tức cười nhất là họ cho rằng ăn thịt dơi, con vật cũng được xem là mầm gây ra dịch corona, thì sẽ bổ mắt vì dơi bay suốt đêm mà chẳng đụng chạm vật gì. Thật ra kiến thức ấy sai bét. Mắt dơi như mù, chỉ có tai dơi mới cực thính, nghe được làn sóng siêu âm từ chính miệng nó phát ra, để khi gặp một vật thể khác thì sẽ dội lại vào tai chúng, nên dơi bay trong tối mà không chạm đến các vật cản. Cho nên nếu ai ăn "thuốc bổ" này thì càng ăn mắt càng... đui thêm (!). Họ còn tin rằng, dùng mật gấu (hùng đởm) là chữa được bệnh đau khớp và xơ gan; xương cọp (cao hổ cốt) là thần dược cho cường dương, mạnh sinh lý. Vân vân và vân vân. Đó là những kiến thức lỗi thời. Cứ tạm cho rằng các "thần dược" nói trên vào một thời xa xưa nào đó đã từng chữa khỏi một phần những căn bệnh ấy, thì thời nay những dược tính của nó đều có thể được bào chế thành thuốc mà ít tổn hại sinh vật, ít phá hoại thiên nhiên. Sự tàn nhẫn của loài người thời nay kể không hết được.

Thức giả từ Tây sang Đông đều không ai có thể ngờ được, bây giờ vẫn có người có thể tin cái kiến thức cạn cợt đó. Giáo sư Yi-Zheng Lian còn cho rằng chỉ có nhà bếp của các "Hoàng Đế Nội Kinh" Trung Hoa thời xa xưa mới có một kiểu ẩm thực kỳ cục như vậy. Có thể là do các ngài thời ấy ăn chơi, hoang dâm vô độ nên người hầu kẻ hạ mới nghĩ ra các loại ẩm thực và các cách nấu nướng quái chiêu để làm vui lòng họ. Vậy mà mãi tới ngày nay chuyện ấy vẫn được đám hậu duệ của họ và một số tay dân chơi ở những nước Á Đông lân bang học theo. Đáng tiếc thật!

Một điều chắc chắn: các bậc trí giả, những tiền nhân của họ đã không hề nghĩ vậy!

Nền Đạo học Đông Phương khuyên dạy con người, thậm chí không chạm đến "lằn ranh bất thiện" chứ nói chi đi đến "cửa ác". Đạo học Đông Phương của Trung Hoa theo tư tưởng Dịch Lý dạy con người phải biết sống thuận với đất trời, hòa hợp trong môi trường thiên nhiên, trong đó có mình và những động, thực vật khác cùng chung sống.

Học giả Nguyễn Hiến Lê qua tác phẩm Kinh Dịch - Đạo Của Người Quân Tử đã tóm tắt mấy điểm căn bản của nếp sống văn hóa và đạo đức ấy như sau đây.

* Thiên hành kiện, quân tử dĩ tự cường bất tức.

天行健，君子以自強不息。

Sự vận chuyển của trời đất rất mạnh (không lúc nào nghỉ), người quân tử cũng theo trời mà tự cường không nghỉ. Đất có tính nhu hòa, người quân tử lấy đức dày để nâng đỡ vạn vật. (Đại Tượng truyện - quẻ Khôn)

* Tích thiện chi gia tất hữu dư khương,[1] tích bất thiện chi gia tất hữu dư ương.

積善之家必有餘慶。積不善之家必有餘殃。

Nhà nào tích lũy điều lành thì có thừa phúc (để đến đời sau). Nhà nào tích lũy điều chẳng lành thì tất có thừa tai vạ (để đến đời sau). (Văn Ngôn truyện).

* Dịch, cùng tắc biến, biến tắc thông, thông tắc cửu.

易，窮則變，變則通，通則久。

Đạo dịch là đến lúc cùng tất phải biến, đã biến thì thông, nhờ thông mà được lâu dài. (Hệ Từ truyện - quyển hạ).

Điều đó xác minh rõ ràng như hai với hai là bốn rằng, cái dịch bệnh như Corona đến gieo kinh hoàng trên địa cầu này là chuyện dĩ nhiên, chính con người chúng ta đã "mời" nó đến. Và giả sử như không có Covid19 thì chắc chắn cũng sẽ có những dịch khác tràn lan, khi con người cứ sống bừa bãi, sát hại động vật hoang dã, phá hoại núi rừng thiên nhiên như hiện nay.

"Cùng" thì sẽ dẫn đến "tất biến", ắt phải có thay đổi.

Giờ xin phép quay lại câu chuyện Ursus và Homo đã nói từ đầu chút.

Cụ Victor Hugo đâu hề muốn mất lòng ông cụ Charles Darwin đâu. Hai cụ cũng không hề nói ngược ý nhau. Mỗi cụ đã nhìn đời nhìn người theo mỗi góc. Một ông nhìn theo hình tướng, cấu trúc thiên nhiên vì ông nghiên cứu khoa học. Ông kia nhìn theo tâm tư và giá trị đạo đức vì ông làm văn hóa. Ông khoa học thì thấy con người đã tiến hóa thân tướng

[1] Chữ 慶 có khi đọc âm khác là khánh, đều cùng nghĩa là điều phúc, tốt lành.

từ vượn lên người. Ông nhà văn lo rằng con người càng tiến hóa nhanh thì e rằng sẽ thoái hóa khả năng ứng xử bầy đàn, thoái hóa đạo đức.

Cái hôm ngồi xem tin tức truyền hình thấy một ông mặt vẽ rằn ri sặc sỡ, đeo cái đầu thú có sừng, miệng hú vang lúc đi săn người trong tòa nhà quốc hội ở Mỹ, thì tôi nghiệm ra rằng, chính con người chúng ta đang làm nhục dòng họ nhà thú có sừng đây. Hổ thẹn quá!

Cho nên ông cụ Victor Hugo đã mượn bóng dáng ông Người-Ursus và Sói-Homo nhắc chúng ta lưu tâm cái điều mà ông lo ngại từ 150 năm trước. Thầy Sói ghi nhớ giùm cho lời ấy: *Cốt nhất chú mày đừng thoái hóa thành người đấy nhé.*

***

Nói vậy nhưng cũng xin thưa thêm, đã nói qua thì cũng phải nói lại! Mấy chuyện sờ sờ ra đó, tuy là chuyện có thật và ít vui, nhưng nó cũng không đáng để làm ta nhụt chí. Bởi công tâm mà nói, điều may mắn là số người làm các điều "chẳng giống ai" đó không nhiều. Họ chỉ là thiểu số, chỉ là... cái con sâu rơi vào nồi canh.

Không phải vậy sao? Chứ khi không mắc mớ gì mà hôm nay chúng ta, những người con còn nặng lòng với đất mẹ, lại ngồi đây để hàn huyên câu chuyện "địa cầu xanh" này với nhau? Và không phải chỉ có chúng ta, trên thế giới cũng có hàng vạn, hàng triệu, hàng tỷ người đồng quan điểm, cùng nếp nghĩ như vậy. Điển hình như các hoạt động nhân Ngày Trái Đất - Earthday với chủ đề "Khôi phục Trái đất của chúng ta" vào tháng 4/21. Do dịch Covid19 nên đã có 40 nguyên thủ quốc gia trên toàn cầu, cùng các nhà hoạt động về môi trường năng động trẻ tuổi như Greta Thunberg, Alexandria Villaseñor hay

Licypriya Kangujam... cũng như nhiều chuyên viên từ các lĩnh vực khác, cùng tham gia thảo luận trong các cuộc hội thảo trực tuyến. Song song đó cũng có hàng vạn (có thể cả đến hàng triệu) các hoạt động lớn nhỏ bảo vệ, làm sạch môi trường đã được dân chúng đồng loạt khởi xướng khắp nơi trên toàn cầu. Những chức sắc tôn giáo cũng đã lên tiếng. Đức Giáo hoàng Franziskus đã gởi một sứ điệp video tham dự. Ngài nói: *Thiên Chúa luôn tha thứ, chúng ta thỉnh thoảng tha thứ, thiên nhiên không bao giờ tha thứ. (...) Nghịch cảnh mà chúng ta đang trải qua với đại dịch, và chúng ta đã thấy trong biến đổi khí hậu phải thúc đẩy chúng ta đổi mới, phát minh, để tìm kiếm những con đường mới. Từ một cuộc khủng hoảng, người ta không bước ra giống nhau, chúng ta bước ra hoặc tốt hơn hoặc tồi tệ hơn. Đây là một thách đố, và nếu chúng ta không bước ra tốt hơn chúng ta sẽ đi đến một con đường tự hủy.* (Trích theo Ngọc Yến - Vatican News).

Đức Đạt Lai Lạt Ma thứ 14 cũng đã góp lời. Qua Thông Điệp nhân Ngày Trái Đất Ngài đã viết: *Sự phụ thuộc lẫn nhau là một quy luật cơ bản của tự nhiên. Sự thiếu hiểu biết về vấn đề phụ thuộc lẫn nhau đã gây ra sự tổn hại không chỉ cho môi trường tự nhiên của chúng ta, mà còn cho cả xã hội loài người của chúng ta nữa (...). Nhân Ngày Trái Đất này, tất cả chúng ta hãy cam kết thực hiện phần việc của mình để giúp tạo ra sự khác biệt tích cực cho môi trường của ngôi nhà chung duy nhất của chúng ta - trái đất xinh đẹp này.* (Trích theo https://vn.dalailama.com/news)

Vậy đó. Cái gốc của con người chúng ta vẫn là cái nếp ăn hiền ở lành. Dù ở đâu, dù sắc tộc nào cũng vậy. Cốt sao đừng để nó bị đám khói bụi vô cảm làm lu mờ đi.

Sau đêm tối ắt đến bình minh!

Phần III

NGƯỜI & TA

Có Lỗi

Đọc sách: "Ein Schiff für den Frieden. Das mutige Leben des Rupert Neudeck."

Đầu tháng 11 năm 2022, người quen ở Hamburg là anh Nguyễn Hữu Huấn, một thành viên tích cực của những Hiệp hội có liên hệ với các chương trình thiện nguyện do ông Neudeck, viết Email báo tin cho biết cuốn sách viết về ông Tiến sĩ Neudeck đã xuất bản và có thể đặt sách qua bà quả phụ Neudeck. Anh còn cho biết là ai đặt sách qua cách này thì sẽ dành số tiền ủng hộ Hội Cap Anamur và Hội Mũ Xanh (Grünhelme e.V.). Thật là nhất cử lưỡng tiện. Tuy chưa biết nội dung sách thế nào nhưng tôi tò mò hết sức và lập tức gởi thư cho bà Christel để đặt sách ngay.

Ngạc nhiên là chỉ hai hôm sau tôi đã nhận được sách, với chữ ký và câu viết của bà ở trang đầu:

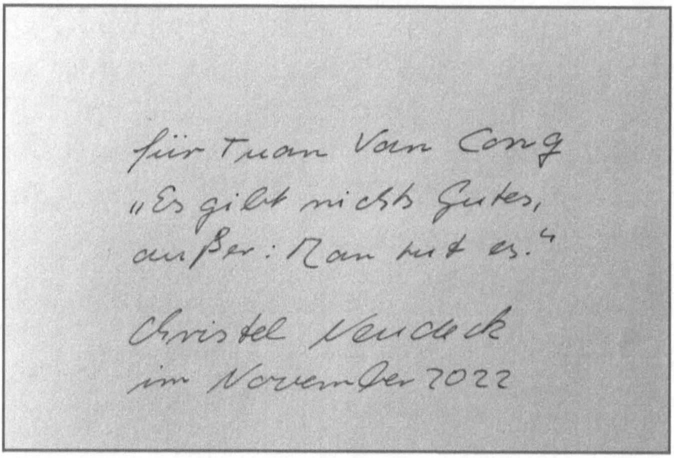
für Tuan Van Cong
„Es gibt nichts Gutes,
außer: Man tut es."
Christel Neudeck
im November 2022

Thật quá hân hạnh. Ý nghĩa câu ký tặng sách ấy cũng vô cùng đẹp:

"Es gibt nichts Gutes, außer man tut es"
Ký tên: Christel Neudeck
Im November 2022"

Câu tặng viết tiếng Đức "Es gibt nichts Gutes, außer man tut es", tạm dịch ra Việt ngữ là: "Không có điều gì tốt đẹp, trừ khi ta làm điều đó." Tôi cố ý viết nguyên câu tiếng Đức ra đây vì biết rằng cảm quan của câu văn này trong hai ngôn ngữ có thể hiểu theo những ý nghĩa khác nhau.

Nếu chỉ đọc câu tiếng Việt người ta sẽ nghĩ đây là một câu nói mang tư tưởng bi quan. Vì bi quan nên nhìn cuộc đời không thấy có điều gì tốt đẹp. Nhưng kỳ thật trong câu tiếng Đức thể hiện ý rằng, để có được điều tốt lành trong cuộc sống, chúng ta cần hành động tích cực và chủ động. Nó khuyến khích con người chúng ta không chỉ luôn kỳ vọng vào những điều tốt đẹp xảy ra một cách tự nhiên mà tự mình phải hành động để thực hiện những điều tốt đẹp đó. Đó đúng là cuộc đời và hành trạng của Tiến sĩ Rupert Neudeck.

Câu nói ấy được xem như là một ngạn ngữ, một câu châm ngôn hay một định ngữ phổ biến trong tiếng Đức. Nguồn gốc của người nói hay viết câu này có khi không được xác định rõ ràng, và nó đã được sử dụng trong nhiều ngữ cảnh khác nhau. Tuy nhiên, đọc kỹ ở cuối sách và dò theo một số tài liệu khác, thì được ghi rằng câu nói của Erich Kästner, một nhà thơ, nhà văn và nhà báo người Đức.

Và cuốn sách tôi nhận được ấy có nhan đề: "Ein Schiff für den Frieden, Das mutige Leben des Rupert Neudeck"

Nhan đề, trong phần đầu “Ein Schiff für den Frieden” dịch là *“Một con tàu cho hòa bình”*, ám chỉ đến một dự án hoặc hoạt động nhằm thúc đẩy hòa bình. Nhan đề phụ, *“Das mutige Leben des Rupert Neudeck - Cuộc đời dũng cảm của ông Rupert Neudeck”*, nêu bật về đời sống đầy can đảm và táo bạo của ông Rupert Neudeck, một nhân vật có liên quan đến việc xây dựng và hoạt động của con tàu Cap Anamur. Và sự táo bạo cùng can đảm ấy đã cứu mạng sống hàng vạn đồng bào của chúng ta khi ngụp lặn vô vọng giữa biển Đông. Sách do Christina Bacher soạn và Lukas Ruegenberg vẽ hình minh họa.

Lật vào sách, sau trang Mục Lục (trang 4) sách in câu thơ của văn hào Heinrich Böll, là một nhà văn và nhà văn hóa người Đức, người đã nhận được Giải Nobel Văn học năm 1972. Ông nổi tiếng với các tác phẩm về các đề tài giáo dục xã hội và những tư tưởng mang tính chất nhân đạo nói chung. Câu thơ nổi tiếng - nhưng cấu trúc ngữ pháp thi ca Đức rất khó dịch đầy đủ ra tiếng Việt ấy như sau:

"Tuende, nicht Tätige, möchte ich ehren.
Alle diejenigen, die wissen, was es bedeutet,
ein Flüchtling, ein Vertriebener zu sein,
unwillkommen zu sein".

Tạm dịch:

Tôi xin tôn vinh những người thực tâm hành động,
chứ không phải những kẻ chỉ biết phô diễn sự bận rộn.

Tôi muốn tôn vinh tất cả những ai từng biết thế nào là làm một người tị nạn, một kẻ bị xua đuổi, một con người không được đón chào.

Ý nghĩa của những câu thơ này là bày tỏ lòng quý mến, kính phục những người đang tích cực hành động, không phải những kẻ giả bộ bận rộn hay thờ ơ trước cảnh đồng loại bỗng chốc trở thành những người di cư, những kẻ bị lưu đày hay những người bị bắt buộc phải rời khỏi quê hương của mình để đi tỵ nạn, nhưng lại không được thiện cảm chào đón nơi đất khách.

Lần dở sách tiếp theo, trang 7, là Lời Giới Thiệu của bà Christina Bacher với nhan đề: *Gerade jetzt - Einfach tun! Nie mehr Feige sein / Ngay bây giờ - Chỉ cần hành động! Đừng bao giờ là kẻ hèn nhát!*

Chương 1 (trang 10): *Eine (zeitweise) schöne Kindheit* - Một tuổi thơ (đôi lúc) hạnh phúc. Chương này kể về cuộc sống của gia đình ông ở Danzig, Ba Lan. Nơi đây đã từng có 220.000 người di dân gốc Đức đến sinh sống. Chương này cũng kể về sự kiện gia đình ông, đầu tiên mang họ là Nowocyn, sau đó được đổi thành Neudeck; giống như trường hợp rất phổ biến của các dòng họ khác gốc Đức thời bấy giờ sống ở khu vực nước Ba Lan: dòng họ Buchikovskis đổi thành Buchners, họ Milrownas đổi thành Müllers.

Chương 2 (trang 20) tựa đề: *Wer zu spät kommt, den belohnt das leben* - Cuộc đời lại thưởng cho những kẻ đến muộn. Đây là một câu nói thường nghe ông Rupert Neudeck nói, nhưng ý nghĩa hoàn toàn không phải mang ý tiêu cực, khuyến khích việc đi trễ. Đây chính là một câu chuyện đầy thương tâm và có thật của gia đình ông.

Chuyện trong chương này kể về việc gia đình ông, như những gia đình gốc Đức khác ở Ba Lan, sau chiến tranh thế giới thứ hai phải quay về tỵ nạn ở Đức. Bà mẹ Gertrud của gia đình Neudeck, giữa tuyết phủ giá lạnh của mùa đông khắc nghiệt âm độ của năm 1945, đã một mình dắt 4 đứa con Ingrid, Rainer, Veit và Rupert (Franz-Martin lúc đó chưa sinh) lặn lội tìm đến thành phố cảng Gotenhafen để mong đón tàu quay về Đức, như bao nhiêu người tỵ nạn khác. Sau nhiều ngày khổ cực di chuyển giữa giá băng, ngày 31.01.1945 họ đến được bến cảng. Dù đã chen chúc và cố gắng hết sức nhưng khi họ đến nơi thì tàu đã vừa rời bến. Họ phải tìm chỗ trú ẩn tạm thời tránh đói và lạnh. Đến 21 giờ tối hôm đó họ nhận được một tin kinh hoàng: một chiếc tàu ngầm của Nga đã bắn 3 quả đạn pháo ngay vào chiếc tàu chở người tỵ nạn. Chỉ trong vòng một giờ đồng hồ, chiếc tàu chở trên 9.000 người tỵ nạn đã chìm lỉm giữa biển khơi. Chín ngàn con người không một ai sống sót. Thật rủi ro cho 9.000 nạn nhân những người tỵ nạn, gia đình Neudeck do đến trễ nên không đi kịp trên chuyến tàu hãi hùng này và đã thoát chết.

Chương 3 (tr.31): *Die lange Flucht in die Freiheit* - Cuộc trốn chạy lâu dài đến bến bờ tự do.

Chương 4 (tr.38): *Der Vater lebt* - Người cha (vẫn) còn sống. Ở Đức, Rupert nghe được tin người cha của mình, đang là tù binh chiến tranh của quân đội Anh và vẫn còn sống.

Chương 5 - chương 8 (tr.47-tr.63): Sinh hoạt của gia đình Neudeck ở Đức, như những gia đình tỵ nạn. Đặc biệt các chương này nói là con đường học hành, làm việc của ông Rupert Neudeck.

Chương 9 - chương 15 (tr.64-tr.113): Con đường dẫn tới các hoạt động của Rupert Neudeck và bạn hữu của ông.

Chương 16 (tr.114): Lasst mal die Kinder ran! Đến phiên những đứa trẻ. Chương sách nói về những hạt giống đáng quý đã được gieo trồng và nảy mầm trong gia đình Neudeck.

Ví dụ như phát biểu của Milena Neudeck lúc cô còn là một cô bé: Nếu quý vị có ý kiến khác, tôi xin kính đề nghị quý vị viết cho tôi một lý do thực sự thuyết phục về việc tại sao nước Đức không nên cung cấp xe tăng dọn mìn cho những người cần chúng - *Wenn Sie anderer Meinung sind, möchte ich Sie bitten, mir einen wirklich triftigen Grund zu schreiben, warum Deutschland die Minenräumerpanzer nicht denen geben soll, die sie brauchen.*

Hay thú vị hơn, bức thư của cô bé Nola Neudeck viết gởi Thủ tướng Đức Angela Merkel:

Và ở nơi đó có một ông Tổng thống tên là Mugabe. Ông ấy rất độc ác vì đôi khi ông ấy giết người (...) Chúng ta có thể thảo luận về việc để ông ấy ra đi không? Hoặc việc ông ấy trở nên người như Bà (tức bà thủ tướng Merkel)? - und da gibt es einen Präsidenten, der heißt Mugabe. Und ist böse, weil er manchmal Leute tötet (...) Können wir bitte besprechen, dass der wegkommt? Oder dass er so wird wie du?

Những câu nói nghe thật giản dị, trẻ con và tức cười. Nhưng đằng sau các câu nói ngây ngô ấy biểu lộ những hạt giống từ bi, tinh thần bác ái đã được hai ông bà Neudeck gieo trong lòng con cháu của họ trong gia đình. Và nó đã thực sự đâm chồi, nảy lộc tạo nguồn hữu ích cho đời.

Chương 17 - chương 20 (tr.121-tr.145): Những hoạt động của Hiệp hội Grünhelm e.V. Các chương này cũng đề cập đến những nguy hiểm mà Hiệp hội và những thành viên của họ gặp phải ở khắp nơi trên thế giới.

Chương 21 (tr.146): Gia sản để lại của Rupert Neudeck.

Có lẽ không ai có thể nói hết được về cái gia sản tinh thần to lớn mà ông tiến sĩ Rupert Neudeck để lại sau khi ông qua đời vào 31.05.2016 trong một ca mổ tim, bằng chính người cộng sự trong cả cuộc đời của ông là bà quả phụ Christel Neudeck. Nhan đề bài viết cuối sách của bà Christel mang tên "Không sợ hãi cũng không liều lĩnh - weder furchtsam noch tollkühn". Bà kể rằng, năm 1979 chính là năm mà cuộc đời của ông bà đã thay đổi hoàn toàn, khi họ bắt tay vào việc kêu gọi bạn hữu cùng thành lập con tàu Cap Anamur cứu người tỵ nạn trên biển Đông. Cuối cùng con tàu này đã cứu vớt được 11.300 người tỵ nạn, chủ yếu là người Việt Nam. Rồi ngay sau đó, tháng 5 năm 1980, chiến dịch giúp đỡ y khoa cho Somalia, Phi châu. Rồi những công trình từ thiện khác liên tục kế tiếp theo. Tất cả công việc điều hành, lên kế hoạch.... đều xuất khởi đi từ căn phòng khách ngôi nhà của ông bà, đặt làm văn phòng. Văn hào Günter Grass đã nhìn thấy và diễn tả cái "trung tâm đầu não"này như sau: Mọi người thích sự hỗn loạn [bề bộn]. Điều ấy đã làm cho họ trở nên sáng tạo... Trong trường hợp này, chúng ta đang tiếp cận những con người yêu lý tưởng, họ bất chấp các luật lệ quy định, các hướng dẫn hiện hành và những thứ tương tự - Die Leute lieben das Chaos. Das macht sie kreativ... Wir haben es in diesem Fall mit Idealisten zu tun, die sich einen Dreck um bestehende Vorschriften, Richtlinien und so weiter kümmern.

Sự liều lĩnh khi đứng trước những mối tương cảm cho nỗi khổ của đồng loại, đã thúc đẩy ông bà và thân hữu của họ dám vượt ra khỏi những quy định phức tạp và nghiêm khắc của hệ thống hành chánh ở nước Đức, để thực hiện được bao nhiêu công trình nhân đạo mà trước nay chưa ai thực hiện được. Việc ấy liên quan đến việc cứu sống bao nhiêu mạng người và nối dài đến những thân nhân của các con người ấy sau đó. Và việc ấy có khi cũng rất nguy hiểm cho những nhà thiện nguyện.

Ca dao Việt Nam ta có câu: "Dù xây chín bậc phù đồ, không bằng làm phước cứu cho một người". Xem đây, những hoạt động của Hội Cap Anamur và Grünhelm e.V. đã xây được cả một thành phố toàn những bậc "phù đồ" chín tầng khắp nơi trên thế giới.

Cá nhân tôi không hề có tham vọng tóm tắt nội dung tất cả các trang sách ở đây. Việc ấy xin độc giả tự cảm nhận khi mở ra đọc từng trang sách, xem từng bức họa. Những điều tôi viết ra đây chỉ là phần sơ lược ở các chương sách, hoàn toàn từ cái nhìn chủ quan của mình, nhưng đó cũng là từ tấm lòng của mình cộng thêm sự kính trọng và nể phục gia đình Neudeck. Không chỉ ở ông Rupert, người đứng đầu tổ chức con tàu cứu hơn một vạn đồng bào tôi, mà còn ở bà Christel - và cả đối với những người con và cháu trong gia đình ông bà.

Cuốn sách viết bằng tiếng Đức, in rất đẹp, giấy dày và trắng, bìa cứng, khổ 21,5 x 21,5 cm in màu, dày 168 trang, có thể cho trẻ em (từ 10 tuổi) và người lớn đều đọc được. Sách có thể đặt mua online trên mạng hay các nhà sách địa phương.

***

Rồi vào tháng 5/2023 tôi lại nhận được tin của anh Huấn gởi báo cho hay về cuộc triển lãm của Viện Bảo Tàng Thành Phố Troisdorf, chủ đề "Ta phải làm cái gì đó".

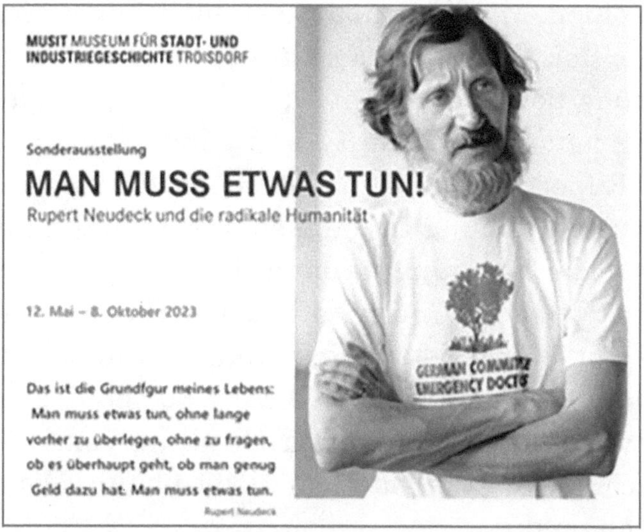

Trên áp-phích của cuộc Triển Lãm có ghi câu nói của tiến sĩ Rupert Neudeck:

"Man muss etwas tun, ohne lange vorher zu überlegen, ohne zu fragen, ob es überhaupt geht, ob man genug Geld dazu hat. Man muss etwas tun.

Ta phải làm điều gì đó mà không cần đắn đo suy nghĩ lâu, không cần hỏi liệu nó có thể thực hiện được hay không, liệu ta có đủ tiền hay không. Ta phải (bắt tay ngay) làm điều gì đó".

Câu nói ấy phải được hiểu là:

"Man muss handeln, ohne lange zu überlegen, ohne zu fragen, ob es überhaupt möglich ist oder ob man genug Geld dafür hat."

"Chúng ta phải kịp thời hành động mà không cần suy nghĩ quá lâu, không cần hỏi liệu điều đó có khả thi hay có đủ tài chánh để thực hiện hay không."

Vâng, đây là một lời hướng dẫn, một lời dạy cao quý, một kinh nghiệm từ một con người sinh ra để trải nghiệm và làm điều thiện. Một bông hoa tuyệt đẹp chỉ biết nở ra và tỏa hương cho đời. Con người ấy khi gặp điều thiện, điều công ích cho cộng đồng xã hội thì bắt tay vào làm ngay. Chúng ta, những người Việt Nam tỵ nạn cũng đồng số phận như ân nhân Rupert Neudeck của chúng ta. Chúng ta là những người tỵ nạn và chúng ta đang sống đầy đủ giữa nước Đức sung túc - cho dù chúng ta đang là ai, đang làm công việc gì trong xã hội này. Chúng ta hãy học theo gương sáng từ cuộc đời của ông Rupert. Đừng chần chờ, đừng trì hoãn vì bất cứ một lý do mà mình cứ vẽ ra và tự cho là chính đáng. Cũng đừng là "kỳ đà cản mũi" trước những công trình thiện nguyện, công ích. Thời gian trôi đi rất nhanh. Đời người rồi có lúc sẽ chấm dứt.

Và, phải chăng điều này cũng đã quá cũ. Chính triết gia Voltaire đã từng nói đến từ bốn thế kỷ trước, mà đa số chúng ta đã vô tình hay cố ý bỏ ngoài tai.

"Jeder Mensch ist all des Guten schuldig, das er nicht getan hat".

"Mỗi chúng ta đều có lỗi trước những việc tốt mà ta đã không chịu thực hiện".

***

Bài này đã được viết ngay khi đọc được bài thơ cuối đời của thi sĩ Tùy Anh "Biển vẫn mang màu xanh". Anh đã sáng tác trên giường bệnh - Asklepios Klinikum Harburg 17.08.2023:

Kể từ khi tôi đứng lặng yên
Trên boong tàu Cap Anamur
Tôi mới thấy nước biển xanh
[...] Bởi biển thủy chung luôn giữ màu xanh
Màu của thanh tịnh bình yên...

Nỗi Lo của Nguyễn Du

Tản văn

Nhân "Ngày Sách và Bản quyền Thế giới" - 23 tháng 4

Sè Sè "Đống Sách" Bên Đường[1]

Sáng cuối tuần trời nắng đẹp nên ăn sáng xong tôi mặc áo ấm đi dạo. Chợt thấy dọc đường cảnh lạ như vầy, xin kể cho vui.

Trên lối đi, cạnh một góc hoa viên là chỗ đông người qua lại tôi thấy có mấy thùng cạc tông nằm la liệt. Thời nay rủi ro tràn khắp, lúc nào thấy những thùng gì lạ nằm la liệt hay những túi xách vô chủ là phải nghi ngờ. Khôn hồn thì tránh xa! Vì đó có thể là mấy trái bom chờ nổ của nhóm quá khích. Nhất là ở đây, đoạn đường bãi biển thường rất đông người qua lại trong những ngày nắng đẹp này. Cái thói quen cẩn thận lo xa, xem ra đã tích lũy từ những ngày thơ ấu trong chiến tranh. Tôi rẽ ngoặt đi lánh ra xa ngay. Nhưng tò mò thì vẫn cứ tò mò. Chả lẽ ở đây là chợ trời? Vô lý, bao lâu nay chưa hề thấy. Lại có 5, 7 người đứng ngồi cầm những vật trên tay giống như sách báo. Thôi, lo yên thân. Việc của mình là đi dạo thì cứ đi.

Nửa giờ sau. Cái việc đi dạo xem như đã xong, nhưng thay vì đi ngõ khác về nhà như mọi hôm thì lại tôi cố ý quay lại đường cũ để xem cảnh cái "chợ chồm hổm" ấy giờ ra sao.

[1] Nhại theo câu thơ Nguyễn Du: Sè sè nấm đất bên đường; Dàu dàu ngọn cỏ nửa vàng nửa xanh.

Trên thùng các-tông dán miếng giấy ghi:
Zum Mitnehmen: xin cứ lấy (sách).

Lúc này không còn ai, và hơn một nửa số các thùng cạc tông trống cũng đã được dẹp sạch, chỉ còn một thùng. Những thùng sách khác còn lại thì được xếp ngay ngắn trên bệ tường, chỗ mấy đứa trẻ thường leo lên để chạy chơi. Tôi chụp ngay mấy tấm hình như dưới đây. Ít nhất quá nửa số sách lúc nãy đã được những người đi dạo biển lấy đi. Tôi đoán chừng, có thể ai đó trong những người hàng xóm của chúng tôi dọn nhà đi nơi khác (hay chết), không muốn mang số sách quý bỏ vào thùng giấy tái chế nên để ở đây để xem có thể ai đó cần dùng. Người Đức có thói quen quý là thích đọc sách báo rất nhiều, từ người già đến em bé.

Con số của cơ quan Thống Kê Statista Đức cho biết, trong năm 2020 có 8,55 triệu người Đức từ 14 tuổi trở lên đã cầm quyển sách trên tay để đọc. Tôi lấy con số 83,2 triệu dân năm 2020 tính ra, trung bình họ có 10 cuốn sách trong năm, kể cả sách giáo khoa trong trường học. Xin nhớ là tính người từ 14 tuổi trở lên. Xin lưu ý là, kết quả thống kê này nói đến những người đọc sách khá thường xuyên từ 14 tuổi trở lên, không phải con số người "có đọc sách". Một thống kê khác của Allensbach Institute cho biết, có khoảng 85 đến 91% người

Đức đọc ít nhất một cuốn sách trong vòng 12 tháng; nghĩa là tương đương khoảng 73 triệu người có đọc sách. Thật chả hổ danh quê hương của Goethe, của Hölderlin, Heidegger, Nietzsche, Hesse...

Trông Người Lại Ngẫm Đến Ta (Kiều)

Còn người mình thì sao?

Một lần có cơ hội tiếp xúc với mấy bạn trẻ là du học sinh mới đến Đức. Tôi hỏi họ: Giới trẻ Việt Nam như mấy cháu bây giờ thích đọc sách loại gì? Cả mấy em đều không trả lời được mà chỉ nhìn nhau cười. Tôi hiểu ý và ôm vai cháu trai ngồi ngay bên cạnh rồi hỏi:

- Vậy cháu có đọc sách không? Đừng kể mấy sách giáo khoa phải học ở trường.

- Dạ không.

Anh bạn trẻ trả lời nhanh và thẳng thừng như vậy. Tôi chới với với câu trả lời cộc lốc và quá thật của cháu.

- Không đọc gì cả à? Vậy có đọc báo không?

- Cũng không. Báo chỉ nói chuyện nhảm nhí và chính trị.

- Vậy trong gia đình cháu ai đọc, ví dụ như má cháu?

- Không đọc. Đọc báo cũng không mà sách cũng không. Vì... má không có thì giờ.

- Ba cháu có đọc không?

- Cũng không. À... mà có, nhưng ba chỉ đọc sách truyện bằng tranh.

- Truyện bằng tranh là truyện gì?

- Thì... chuyện comics đủ mọi đề tài, từ siêu nhân đánh nhau đến Asterix, Tom và Jerry... Nói chung, truyện nhiều hình ít chữ.

Bốn năm em khác, trai có gái có, cũng đồng tình là gia đình các em cũng vậy. Sau đó biết thêm, ba của cháu trai thích xem truyện tranh là một kỹ sư có một vị trí khá cao trong cơ quan nhà nước. Cũng xin hiểu thêm, đây là những gia đình tương đối khá giả mới có tiền cho con đi du học. Tôi thấy nghẹn ở cổ, không muốn hỏi gì thêm.

Về nhà tìm hiểu tiếp, tôi thấy thêm sự thật đau lòng. Chính Ông Bộ trưởng Bộ Thông tin Truyền thông Nguyễn Mạnh Hùng cũng công nhận điều ấy trong lời phát biểu vào ngày Sách Việt Nam năm 2019. Ông xác nhận: người Việt nhận 4,2 cuốn sách mới mỗi năm, nhưng trong đó 2,3 cuốn là sách giáo khoa, sách kiến thức thông thường thì chưa đến 2 cuốn. Cũng theo ông Hùng, đây là tỉ lệ rất thấp trên thế giới.

Đó là ông Hùng có phần chủ quan, trong khi Báo Thanh Niên thì viết: Thực tế là theo thống kê của Petrotimes Việt Nam, thì người Việt mỗi năm không đọc nổi được một cuốn sách. Cụ thể, dựa trên báo cáo hằng năm của các thư viện gửi về Bộ Văn Hóa, Thể Thao và Du Lịch, trung bình người Việt đọc 0.8 cuốn sách mỗi năm trong khi đó ngay tại các thư viện công cộng tỷ lệ này cũng chỉ đạt 0.38 cuốn.

Hết ý, hết lời! Không thể nói gì hơn.

Tôi nhớ có lần đọc được câu này và đã ghi vào sổ tay: *Hãy chỉ cho tôi thấy một gia đình người người đều đọc sách, và tôi sẽ cho bạn thấy những người làm thế giới này chuyển dịch.* (Napoleon Bonaparte)

Chuyện Con Bướm Của Cụ Nguyễn Du

Giờ xin mời cùng đọc một bài thơ hay, thơ chữ Hán của Nguyễn Du. Bài này trích ra từ "Thanh Hiên Thi Tập", là một trong ba tập thơ chữ Hán, gồm 78 bài thơ do thi sĩ trước tác lúc ông đang lẩn tránh sống ở quê vợ và quê nhà Nghi Xuân, trong các năm 1786-1804. Thi sĩ đã viết ra khi nhìn thấy một con bướm nằm chết giữa trang sách.

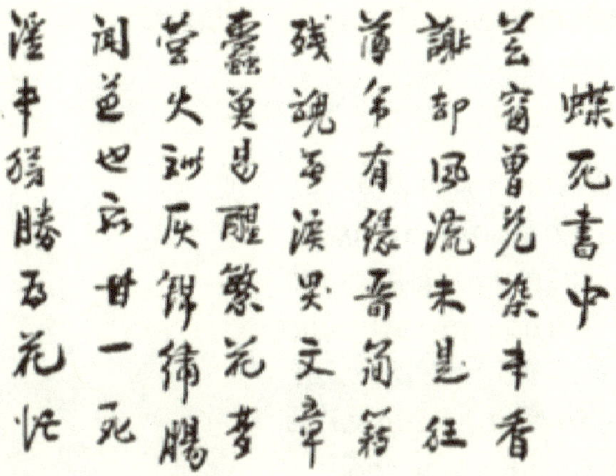

Diệp Tử Thư Trung[1]

Vân song tằng kỷ nhiễm thư hương
Tạ khước phong lưu vị thị cuồng
Bạc mệnh hữu duyên lưu giản tịch
Tàn hồn vô lệ khốc văn chương
Đố ngư dị tỉnh phồn hoa mộng
Huỳnh hỏa nan hôi cẩm tú trường
Văn đạo dã ưng cam nhất tử
Dâm thư do thắng vị hoa mang

Dịch nghĩa:

Bướm chết trong sách

Nơi cửa sổ trồng cỏ vân từng nhiễm mùi hương sách vở
Từ bỏ vị phong lưu chưa hẳn là dại
Mệnh bạc có duyên lưu lại nơi sách sổ

[1] Nguồn: Quách Tấn: Tố Như Thi Trích Dịch. Paris, An Tiêm xuất bản, 1973.

Hồn tàn không nước mắt khóc văn chương
Con mọt sách dễ tỉnh giấc mộng phồn hoa
Lửa đom đóm khó đốt cháy tấm lòng gấm vóc
Được nghe đạo lý rồi chết cũng cam
Say đắm vào sách còn hơn đa mang vì hoa.

Dịch thơ:

Song vân từng thấm vị thư hương
Bỏ thú phong lưu há phải cuồng
Mệnh bạc còn duyên vương sử sách
Hồn tàn không lệ khóc văn chương
Khó mong lửa đóm thiêu lòng gấm
Dễ khiến thân sâu tỉnh mộng vàng
Đạo lý sớm nghe chiều chết thỏa
Hoa sao bằng chữ dám cưu mang

(Quách Tấn dịch - Thu 1967)

Không dám đi sâu vào việc phân tích bài thơ. Đã có nhiều thức giả viết các nhận xét rất sâu sắc về khổ thơ và nội dung cũng như cõi lòng của thi hào về Cánh Bướm trong thơ của cụ. Ví dụ như bài viết sâu sắc của Nguyễn Anh Tuấn đăng trong Tạp Chí Sông Hương (tapchisonghuong.com). Là một trung thần nhà Lê nhân lúc Tây Sơn đang say men chiến thắng, Nguyễn Du lui về quê và sống ẩn dật. Bởi vậy theo cụ, nếu có thể chọn cái chết thì cái chết trong trang sách, lâu nay đã nhiễm hương thơm của sách là cái chết đẹp nhất. Hơn hẳn việc bay đi múa may hút nhụy hoa để sống.

Bài thơ Diệp Tử Thư Trung này ít nổi tiếng như bài Độc Tiểu Thanh Ký nên ít người biết. Nhưng cả hai đều nói lên nỗi lòng của thi sĩ trước các trớ trêu của đời mình.

[...]

Cổ kim hận sự thiên nan vấn
Phong vận kỳ oan ngã tự cư
Bất tri tam bách dư niên hậu
Thiên hạ hà nhân khấp Tố Như?

Vũ Tam Tập dịch:

[...]

Nỗi hờn kim cổ trời khôn hỏi
Cái án phong lưu khách tự mang
Chẳng biết ba trăm năm lẻ nữa
Người đời ai khóc Tố Như chăng?

Tấm lòng ấy của cánh bướm gởi thân trong sách, hay chính tâm sự của Nguyễn Du, chỉ có thể mượn hai chữ "văn đạo" của Khổng Tử trong sách Luận ngữ mới mong có thể diễn tả được phần nào:

Tử viết: Triêu văn đạo, tịch tử khả hĩ.

Khổng tử nói: Buổi sáng nghe được đạo, chiều tối chết cũng cam lòng.

Đã Qua Rồi Hai Thế Kỷ

Thuở sinh tiền, Tố Như tiên sinh tự hỏi rằng, không biết 300 năm sau có ai khóc cụ hay không? Bất tri tam bách dư niên hậu; thiên hạ hà nhân khấp Tố Như?

Nay, năm 2021 lục thơ cụ ra đọc, lại nghĩ quẩn. Vậy là đã qua 201 năm, không biết rồi 99 năm nữa thiên hạ sẽ nghĩ sao đây? Mình đâu có thể sống đến đó để xem. May mắn là đến nay, đã 201 năm trôi qua mà vẫn chưa thấy tác phẩm nào có thể sánh vai với Kim Vân Kiều. Và người ta vẫn còn nhắc đến Cụ với lòng kính mến, thán phục. Duyên của cụ không chỉ như cánh bướm gởi thân trong trang sách mà còn sáng rực, tỏa hương thơm trong văn đàn Việt Nam.

Không ai có thể trả lời nổi câu hỏi, con bướm kia chết trong trang sách là một tai nạn hay một sự chọn lựa? Câu hỏi này chắc không ai đáp được. Kể cả Bướm, kể cả Tố Như tiên sinh - và kể cả pho sách.

Nhưng không phải hoàn toàn như vậy. Đời không như phim trường Hollywood!

Tôi có linh cảm, dường như giới trẻ ngày nay ít người quan tâm đến văn học. Mà số này không phải ít, nghĩa là không phải tôi vơ đũa cả nắm. Không biết tôi có lo xa quá không? Con cháu người Việt ở hải ngoại thì ít người học thơ văn của Nguyễn Du đã đành, dù rằng có nhiều chùa, nhiều hội đoàn vẫn cố gắng làm việc ấy. Giúp trẻ sinh ra và lớn lên ở hải ngoại nói và hiểu được tiếng Việt đã là một kỳ công rồi; còn việc đọc, viết được tiếng Việt là nỗi mơ ước của nhiều cha mẹ nhưng ít ai toại nguyện. Nhưng buồn là cả đến các em ở trong nước cũng rất mù mờ về văn chương văn học cổ Việt Nam. Bởi vậy làm sao không lo được!

Có lần tôi đọc được một bài văn như thế này, nhớ đâu kể lại đó và xin lỗi không còn tìm ra nguồn nữa để ghi xuất xứ.

Một giám đốc công ty nọ giao cho nhóm mấy nhân viên trẻ, trình độ tốt nghiệp đại học, xây dựng hệ thống điện toán cho công ty. Mấy bạn trẻ làm rất thành thạo chu đáo, không chê vào đâu được. Khi sắp hoàn thành, lúc chuẩn bị cho vận hành, anh trưởng nhóm mới xin giám đốc chọn cho một mật mã (password) của máy chủ để anh ta cài vào.

Giám đốc suy nghĩ rồi nói: Mấy em lấy câu thơ: *"Lạ gì bỉ sắc tư phong"*, bỏ dấu đi và viết chung lại để dễ nhớ.

Anh trưởng nhóm yêu cầu ông chủ lặp đi lặp lại mấy lần mới ghi đầy đủ được câu thơ. Rồi còn nói thêm: Giám đốc sao cứ nói toàn những câu văn sâu xa khó hiểu, khó nhớ quá.

Giám đốc ngạc nhiên: Câu đó có sâu xa khó hiểu gì đâu mấy em; đó là một câu thơ trong Kiều đó. Chẳng lẽ mấy em không học Truyện Kiều ở nhà trường sao?

Trưởng nhóm: Dạ ... có, nhưng chắc câu thơ ấy chúng em chưa học đến.

Giám đốc cười, khuôn mặt đờ ra vì ngán ngẫm, và nói tiếp: Đó là câu thứ 5 trong một đại tác phẩm của văn học Việt Nam do một đại thi hào sáng tác. Và tác phẩm Truyện Kiều ấy có tất cả 3254 câu.

Bởi vậy không biết rồi sau này sẽ ra sao? Lo lắm chứ! 99 năm nữa.

Chả lẽ, thế kỷ sau lúc nhắc tới Tố Như Nguyễn Du chẳng còn ai biết người đó là ai. Như có người từng nói ông Lê Lai là em họ ông Lê-nin vậy (vì cũng họ Lê). Thử tưởng tượng, một hôm nào đó trong một ngày đẹp trời như hôm nay, có hai người bạn tên là Tèo và Tí. Tèo hỏi Tí: Ê, chú mầy biết Nguyễn Du chứ? Tí trả lời: Thừa sức! Tèo hỏi lại: Biết thì nói nghe coi. Tí đáp ngay: Nhưng ý mầy nói Nguyễn Du Sài Gòn hay Nguyễn Du Gò Vấp? Mà Nguyễn Du nào cũng phê cả, chỗ có mấy quán nhậu hôm đó tụi này đánh một trận quá đã, nhậu tới bến hết biết, bộ quên rồi sao?

Ôi thôi! Ráng chờ đến năm 2120 thử xem.

Thiên hạ hà nhân khấp Tố Như?

Đức quốc tháng 4 năm 2021
(tức tháng 3 âm lịch - tháng Thanh Minh)

***

Xin phép trích đăng Phản hồi của một độc giả đọc bài viết này đã đăng trên Trang nhà Rộng Mở Tâm Hồn:

> *Đọc bài NỖI LO CỦA NGUYỄN DU, tác giả Văn Công Tuấn tôi thấy tác giả nắm rất vững thực tế đọc sách ở Việt Nam hiện nay. Có thể nói từng câu từng chữ đều nói trúng bản chất của hiện thực. Bây giờ mà được nhìn thấy một người nào đó cầm sách và chăm chú đọc thì thật là rất hiếm hoi.*
>
> *Có nhiều nguyên nhân dẫn tới thực trạng này. Hiện nay, hình như không có ai sống bằng nghề viết văn nữa. Không phải không có nhà văn tài năng. Cũng không phải không có sách hay. Nhưng sách bán cân, bán đồng giá khá nhiều. Có người còn muốn có một đầu sách để được lưu tên tuổi, thậm chí đạo văn để in thành của mình. Giữa hàng nghìn đầu sách chỉ có thể tìm được vài đầu sách giá trị. Cái trào lưu cả nước làm thơ đã làm hỏng sách tốt. Người ta lựa chọn cách đi đến với bạn đọc nhanh nhất và dễ được bạn bè yêu mến nhất là viết xong thì đăng lên mạng. Nhưng bài dài thì cũng ít người đọc lắm. Có người không đọc nhưng cũng like, rất ít ý kiến bình luận.*
>
> *Có nhiều nguyên nhân rất cơ bản nữa nhưng tôi sẽ đề cập đến trong một dịp khác.*

Nguyễn Thành Với

- Nhà giáo hưu trí, 74 tuổi

Vô Ngã Thì Ai Là Tôi?

Tản văn

Cô bạn văn viết email cho tôi và nói, mới nhận món quà quý của bác Trụ Vũ, không biết có nên khoe với anh không? Tôi trả lời ngay, nên chứ! Khoe món quà văn chương là việc nên làm và nên làm ngay. Ấy là việc chia sẻ niềm vui kiến thức với bạn, nhất là món quà thơ từ một nhà thơ lão thành nổi tiếng. Không khoe mà giữ riêng cho mình, là chơi không đẹp.

Vậy là nàng Ngọc Thúy Hoàng Quân gởi ngay cho tôi xem bản thư pháp bài thơ của cụ Trụ Vũ. Bài thơ viết về Vô Ngã có ba khổ. Hoàng Quân còn viết thêm rằng: Hôm nào, anh Tuấn có chút thì giờ để thở, anh Tuấn giải thích thêm cho Thúy bài thơ, nhìn qua lăng kính của *Hạt Nắng Bồ Đề*[1] nghe. Lời sao mà nhẹ nhàng, âm hưởng của sông Hương núi Ngự nghe như vẫn còn quyện đâu đây! Dù vậy cái cục đá nặng tôi đang đeo trong ba lô vẫn cứ nặng.

Vô ngã là "không có ta". Không có ta, vậy thì ai đang nói, ai đang viết đây?

Thường ngày, khi có điều kiện trao đổi một đề tài về Phật học với bạn bè thân hữu, cốt là để cùng học hỏi tu tập thêm, tôi đều cố hết sức, cho dù lúc đó bận hay rảnh, đang thở thoải mái hay thở hồng hộc như chạy đua. Nhưng đụng chuyện vô

[1] Tên một tác phẩm đồng tác giả, do Thái Hà Books xuất bản năm 2018.

ngã này thì khác, nó quả là đã vượt qua khỏi cái lằn ranh khái niệm cụ thể, vượt qua cái đầu hạn hẹp của tôi. Lại là thơ của Trụ Vũ! Nếu không có yêu cầu, khi gặp các bài thơ tầm cỡ như vậy, tôi chỉ đọc lên mấy câu, ngước mắt nhìn trời, gật gù thán phục rồi im lặng luôn. Làm sao mà nói được? Tôi lại còn biết rất rõ, cụ Trụ Vũ không chỉ là một nhà thơ mà còn là một nhà nghiên cứu Phật học rất thâm sâu. Bao nhiêu năm nay tôi vẫn trân quý cuốn Pháp Cú (Dhammapada) do cụ dịch ra thể thơ, một tuyệt tác vì nó đã chở được không những ý mà cả lời của Pháp Cú. Đây là cuốn sách nằm thường trực phía trước mặt thuận tay với ở trên kệ sách nhà tôi (thường gọi là sách gối đầu giường).

Nhưng chả lẽ lại im luôn, thì coi sao được. Vì vậy, tôi cứ gồng mình ghi ra đây những suy nghĩ của mình về vô ngã, xem như là những ghi chú, trước cho chính mình, sau đáp lời yêu cầu của một người bạn.

***

Vô ngã (anattā) nghĩa đen là "không có ta". Mới vừa nghe, đã thấy cặp chân nặng thêm, như vừa vấp phải cục đá trên bước đi. Vấn đề khởi đầu ngay từ đấy.

Thử hỏi, không có ta, thì ai đã gõ bàn phím nọ để ra các chữ này? Không có ta, thì lấy ai ngồi đó đang đọc bài viết này? Không có ta, thì ai đang hít vào thở ra? Vân vân và vân vân. Chuyện quả là thập phần nan giải!

Nhà thơ thì nói ra sao mà dễ dàng quá. Dễ như đói thì ăn, khát thì uống.

(1)

Bởi vì tôi vô ngã
Nên lấy gì khổ đau.

Lấy gì có những nỗi
Mặt ủ với mày chau.

Bởi vô ngã, tức không có ta thì lấy đâu đau khổ. Thử ghi cái lý luận ấy ra.

A = Ta

B = Đau khổ

Có A thì sẽ có B. Vậy A không hiện hữu thì B cũng không có. Dĩ nhiên! Đến luận đoạn này thì vẫn còn dễ hiểu. Nhưng khổ nỗi, A vẫn sờ sờ đây nè. Nó là tôi đó. Tức là cái mà các Tổ nhà Thiền thường kêu là "cái bị thịt". Bị thịt sờ sờ ra đó, mà nói không hiện hữu!

Để khỏi lúng túng cấn móng tay, tôi nói theo mệnh đề đảo: do không có B nên cũng chẳng còn A. Cũng không ổn! Ai cũng biết đời tràn ngập khổ đau và chính đức Phật cũng nói vậy. Đó là chưa tính hai việc rất thơ mà thi sĩ muốn nhấn mạnh thêm: cái mặt ủ và cái mày chau. Hai cái này ai không biết, chứ tôi rành sáu câu lắm. Ấy cũng là cảnh khổ (tuy không khổ lắm) mà ai cũng gặp thường nhật. Gặp trong nhà, gặp ở sở làm, gặp ở ngoài chợ... có khi còn gặp luôn cả trong chùa.

Thôi, tạm thời mời cái "mặt ủ" và cái "mày chau" ngồi đó chờ chút, đọc xem thi sĩ nói gì tiếp theo. Đọc tiếp thơ, khổ 2.

(2)

Bởi vì tôi vô ngã
Lấy chi có vô thường.
Bởi vì tôi vô ngã
Lấy gì có biên cương.

Lại vấp nhằm cục đá thứ hai: vô thường. Vô thường là không có gì hiện hữu, tồn tại mãi mãi. Mọi vật thể, thiên thể trên thế gian này đều trải qua bốn giai đoạn sanh, trụ, dị, diệt. Cả thân người chúng ta cũng vậy. Ta do cha mẹ sinh ra (sinh), rồi lớn lên, trưởng thành (trụ), bắt đầu già nua, bệnh tật (dị) và cuối cùng phải chết (diệt). Cái bị thịt ta mang vác ấy cứ luôn luôn biến đổi. Dẫu là một bé sơ sinh, là một thanh niên thiếu nữ đang mạnh khỏe hay là các cụ ông cụ bà đã già yếu, cơ thể ta vẫn là khối vật thể tế bào chuyển dịch không ngừng. Nó biến đổi từng thời, đơn vị còn nhỏ hơn nano giây (nsec), thuật ngữ Phật giáo gọi là từng sát-na. Chúng như được ráp nối lại với nhau - hệt trò chơi ráp hình lego của trẻ con - bằng hàng tỷ các loại tế bào khác nhau.

Trung bình thân thể con người có chứa 10^{14} tế bào (10 lũy thừa 14 = 100 billionen = một trăm ngàn tỷ). Khoa học đã xác định được rằng, trong một cơ thể khỏe mạnh cứ mỗi giây đồng hồ có khoảng 50 triệu tế bào chết đi và cũng 50 triệu các tế bào mới được sinh ra. Chúng, tức các tế bào thân thể con người không phải chỉ chết đi do các "tai nạn" như ngộ độc, chấn thương, đói do thiếu oxy dinh dưỡng v.v... mà còn tự diệt.

Ngành sinh học đã gọi tên chuyên môn cho quá trình tự hủy của các tế bào là Apoptosis. Từ những năm 1840 người ta đã nói về quá trình phát triển này, nhưng được nhắc đến nhiều sau khi nhà sinh học người Anh John Edward Sulston, cùng 2 người khác: Sydney Brenner và H. Robert Horvitz được trao giải Nobel Sinh học (Y học) về công trình nghiên cứu gen để điều chỉnh sự phát triển của các quá trình tự hủy và cân đối lượng tế bào, vào năm 2002. Các công trình nghiên cứu của Sulston bắt đầu từ những năm 1970 trên cơ thể của loài giun. Điều ấy xác minh được hai việc cốt yếu.

Thứ nhất, quá trình sinh diệt phần thân thể của người, thú vật, côn trùng đều như nhau - vì đồng là chúng sanh.

Thứ hai, khi nói đến sự sống là hàm ý ngay đến cái chết. Trong sự sống đã có mầm mống của cái chết. Nghĩa là "vô thường" như giáo lý nhà Phật thường nói.

Để dễ hiểu hơn về lý vô thường này, xin mượn lời giải thích súc tích này, trích trong tác phẩm Tinh Hoa Triết Học Phật Giáo của học giả người Nhật Junjiro Takakusu, Tuệ Sỹ dịch.

Một con người hiện hữu là "hiện hữu tùy thuộc vào một tràng nhân duyên". Mọi hiện hữu đều do nhân duyên và nó sẽ tan biến khi những tác dụng của tràng nhân duyên đó chấm dứt. Như vậy, một người không thể xem hạt nhân hay hồn của người đó là một thực ngã. Thí dụ những làn sóng trên mặt nước quả là hiện hữu, nhưng có thể gọi mỗi làn sóng đều có tự ngã không? Sóng chỉ có khi gió lay động. Mỗi làn sóng đều có riêng đặc tánh tùy theo sự phối hợp của những nhân duyên, cường độ của gió và phương hướng của gió... Nhưng khi những tác dụng của nhân duyên đó chấm dứt, sóng sẽ không còn nữa. Cũng vậy, không thể nào có cái ngã biệt lập với nhân duyên được.

Nhận thức về vô ngã là một tri kiến căn bản trong Phật Giáo. Đó cũng là nguồn giáo lý xuyên suốt mọi quá trình tu tập trong đạo Phật. Bởi vậy, ngay cả trong thời Phật Thích Ca còn tại thế cho đến nay, vẫn có người cho rằng đạo Phật là đạo vô thần. Điều đó cũng dễ hiểu. Tất cả mọi tôn giáo đều thừa nhận có một vị giáo chủ, một đấng thiêng liêng có quyền uy ban phúc giáng họa. Người nào theo và phục vụ các lợi ích cho cộng đồng tôn giáo ấy thì sẽ được phần thưởng cho đời này và cả đời sau. Tất nhiên kẻ không phụng sự cho lý tưởng ấy, hay chống đối có thể sẽ bị trừng phạt. Phật giáo không quan niệm như vậy.

Do vậy có thời (và cả đến bây giờ) nhiều thức giả, luôn cả hàng chức sắc trong nhiều tôn giáo khi nghe nói về vô ngã, tức là nói không có cái Ta thì hoảng hốt và khó lòng chấp nhận. Hoảng hốt vì nếu vô ngã, nếu không có Ta thì ai tu, ai chứng? Ai thành Phật, ai thành Thánh, ai đi vào thiên đàng, ai đáp xuống địa ngục? Và ở đây: Ai đau khổ, ai mặt ủ, ai mày chau?

Cả hệ thống triết học, thần học phương Tây, và luôn cả hệ thống triết học Vệ Đà Ấn Độ, Hồi giáo... đều muốn giao số phận, vận mạng của mình cho một Đấng thiêng liêng ở đâu đó trên cao quyết định. Quyết định tất cả từ thành công, danh vọng, sức khỏe... Thậm chí, có khi người ta còn muốn Đấng ấy giúp hạ đối thủ khi đang tranh giải bóng đá. Quả là ta làm khó các Đấng ấy (nếu thực sự có) vì cả hai đội bóng đối nghịch đều muốn thắng.

Thực tế cho ta biết rằng, thân mạng của con người sinh ra do sự hòa hợp bởi tinh cha, huyết mẹ và gồm tứ đại: đất, nước, gió, lửa. Bốn đại này tạo thành con người và luân chuyển trầm luân trong vòng sanh tử và cũng chính nhờ bốn đại này mà chúng ta có thể sống, làm việc, tu học... Thêm vào, chính cái tứ đại ấy tượng hình ra tôi, ra anh, ra chị, nên chắc chắn nó không thể chỉ là cái thế giới thu hẹp bên trong gồm đầu mình tay chân tim óc phèo phổi... của mỗi chúng ta. Đất này, nước này, lửa này, gió này tuy là một phần thân thể tôi, nhưng đã cấu thành bằng những chất liệu không phải là tôi. Tôi mang trong tôi những chất liệu rắn chắc, chất liệu có tính lỏng, chất liệu có hơi ấm, chất liệu lưu chuyển. Chúng hiện hữu ở đó để tạo thành hình hài "tôi" nên chúng không phải (và cũng không thể) là "của tôi". Những chất liệu ấy đến với tôi từ mọi người khác, và cũng từ sự hiện hữu và những hiện tượng khác trong vũ trụ. Con người chúng ta thường bám vào cái "của tôi" nên mới sinh ra chiến tranh, thù hận, dịch bệnh v.v.

Bởi thế khi ta nói vô ngã là ta muốn nói rằng, không có bất cứ cái gì trên thế gian này có thể độc lập tồn tại. Thân tứ đại này đã là tổng hợp bốn yếu tố của đất trời, tất cả tùy thuộc vào nhân và duyên. Do cái này có nên cái kia có, do cái này sinh nên cái kia sinh, do cái này diệt nên cái kia diệt. Không thể có một cái gì thực sự tự có, thực sự độc lập, thực sự tồn tại bất biến.

(3)

Bởi vì tôi vô ngã
Nên tự ngã miên trường.
Bởi vì tôi vô ngã
Nên tự ngã trầm hương.

Chúng ta thường hay nghĩ, hay nhìn về một cái cụ thể, cái tiếp xúc được. Mà cái cụ thể gần nhất trước mắt là cái ta. Cái ta này là cái hiện thân thể hiện sự tồn tại với mọi tình cảm, tư duy. Nếu bị mất mát, bị phủ nhận, bị xem thường... thì ta sẽ hoảng hốt ngay. Ta quên rằng, cái thân thể này, từ đầu đến chân - kể cả phần tư duy bên trong - đều là do năm uẩn mà thành. Năm uẩn là sắc, thọ tưởng, hành, thức (xin miễn đi vào chi tiết giải thích năm uẩn là gì, có rất nhiều tài liệu về năm uẩn). Nhìn vào, quán chiếu năm uẩn là để ta thấy được bản chất của con người và cả thế giới hiện tượng chung quanh. Con người đau khổ là do vô minh, do không thấy được bản chất của sự sống. Do vô minh nên chấp ngã, chấp vào cái chủ thể bất biến. Do chấp ngã mà có tham ái, có sân hận, có si mê, có sợ hãi... và có sanh tử triền miên.

Thi sĩ Trụ Vũ nói, vì tôi vô ngã nên *tự ngã miên trường*, lâu dài hơn cả ngàn năm... Vì tôi vô ngã nên tự ngã bay bổng, tỏa hương (trầm hương). Tôi tuy hiện hữu đó nhưng tôi bình yên, tôi thong dong, tôi tự tại!

Ở đây cũng cần lưu ý thêm một điểm vô cùng quan trọng để tránh đi lạc về sau. Vô ngã hoàn toàn không hàm ý rằng "ta không có ngã" (tức là thuyết đoạn diệt). Hai lãnh vực tư duy này khác nhau như đen và trắng, như mặt trời và mặt trăng. Nó cũng sai lầm hệt như chấp rằng "ta có ngã" (thuyết trường tồn). Cả hai quan niệm vừa nêu ấy đều vẫn còn trói buộc trong ý tưởng sai lầm "có cái ta". Phải quán chiếu, phải tư duy sự vật như chính sự vật ấy, mới là thái độ đúng đắn.

Nếu ta cứ tiếp tục lý luận, cứ thao thao về hai từ "vô ngã" này thì viết cả bao nhiêu trang giấy cũng không đủ. Thực sự cảm nhận được tinh yếu "vô ngã" như một tiến trình tư duy, tu tập như thi sĩ Trụ Vũ đã làm thì mới thật là khó, không phải ai cũng làm được.

Vô ngã hàm ý rằng, vạn vật trên cõi đời này do nhân duyên mà sanh nên nó cũng do nhân duyên mà diệt.

Đến đây tôi chợt nhớ câu chuyện vui của Hòa Thượng Thiện Siêu đã kể trong một bài giảng. Câu chuyện có thể giúp mình hiểu rõ thêm chút về tự ngã và vô ngã.

Ngày xưa có một linh hồn sau nhiều kiếp tu luyện, đến thiên đàng gõ cửa Thượng Đế. Thượng Đế hỏi:

- Ai đó?

- Tôi, Linh hồn đáp.

Thượng Đế hỏi:

- Tôi là ai?

- Tôi là tôi.

Thượng Đế bảo:

- Ở đây không đủ chỗ cho ta và ngươi cùng ở. Ngươi hãy đi nơi khác.

Linh hồn ấy trở lui về trần gian tu luyện thêm một ngàn năm nữa, sau đó lên trời gõ cửa lại.

Thượng Đế hỏi: - Ai đó?

Đáp: - Tôi.

- Tôi là ai?

- Tôi là Ngài, Linh hồn đáp.
Khi ấy Thượng Đế liền mở cổng cho vào.

Câu chuyện trên cho ta thấy, một ngàn năm trước tôi là tôi - còn ngã chấp, thì không vào thiên đàng được. Một ngàn năm sau, tôi là Ngài, mới vào được, vì hết ngã chấp. Vì ta với mình tuy hai mà một. Niết bàn là cái tuyệt đối không dung ngã. Niết bàn không có hạn lượng, không có nơi chốn, vì Niết bàn vô tướng - vô tướng nên rất khó vào. Muốn vào Niết bàn, ta cũng phải vô tướng như Niết bàn. Cửa Niết bàn rất hẹp, chỉ bằng tơ tóc nên ta không thể mang theo một hành lý nào mà hy vọng vào Niết bàn được cả. Cái thân đã không mang theo được, mà cái ý niệm về tôi, về ta, cũng không thể mang theo vào được. Cái ta càng to thì càng xa Niết bàn. Nên biết hễ hữu ngã thì luân hồi mà vô ngã là Niết bàn chứ không phải đòi hỏi có cái ta để vào Niết bàn.

Ở đoạn cuối bài giảng trên, Hòa Thượng Thiện Siêu nói rõ thêm:

(...)

Vậy thì nói Phật độ chúng sanh là gì? Ở đây chúng ta cần phân biệt chữ "độ" và chữ "cứu rỗi". Chữ "cứu rỗi" thì chỉ cần đức tin, tin có một đấng tối cao, đấng ấy sẽ rước ta vào cõi phúc lạc của Ngài ở một nơi nào đó, nếu ta đầy đủ lòng tin. Trái lại chữ "độ", nghĩa là vượt qua, có nghĩa là làm cho chúng sanh thấy rõ rằng: chính vì bản ngã mà nổi chìm trong biển phiền não sanh tử. Vậy chỉ cần trừ cái ngã chấp thì phiền não không còn đất đứng. Khi phiền não đã trừ thì kiến hoặc, tư hoặc, vô minh hoặc cũng dứt mà vượt qua bờ giác. Khi phiền não chấm dứt thì dù bất cứ đang ở đâu, bất cứ giờ phút nào cũng là Niết bàn, không cần phải cất bước đi đến một nơi nào cả để tìm cõi Niết bàn. Bởi thế đức Phật dạy luôn luôn quán vô ngã, bốn đại, năm uẩn tạo nên thân này đều là những thứ do duyên ở ngoài kết hợp lại mà thành chứ cái thân "đồng nhứt" với cái ngã thì không thực có.

(Nguồn: https://thuvienhoasen.org/a15211/vo-nga-la-niet-ban)

Giờ thì chúng ta biết rõ rằng bài thơ Vô Ngã của Trụ Vũ không chỉ là một bài thơ mà là một bài sám, bài kinh cầu. Và Ngọc Thúy Hoàng Quân lại được cụ trao truyền cho bài sám ấy. Sự việc trao truyền một bài thi kệ cũng là việc thường thấy trong truyền thống của nhà Thiền. Mong rằng, người bạn văn của tôi trân quý bài sám đó, cất vào túi gấm để khi cần thiết thì mở ra xem lại. Và tôi cũng hiểu rất rõ rằng, món quà này không phải là một viên kim cương để làm đồ trang sức cá nhân cho riêng ai (kể cả cho HQ). Nó là viên ngọc thắp sáng đường đi cho tất cả những ai có tâm nguyện tập tễnh lần mò đi trên con đường đạo. Trong đó có tôi.

Vậy xin cùng đọc lại cả bài thơ lần nữa.

Bởi vì tôi vô ngã
Nên lấy gì khổ đau.
Lấy gì có những nỗi
Mặt ủ với mày chau.

Bởi vì tôi vô ngã
Lấy chi có vô thường.
Bởi vì tôi vô ngã
Lấy gì có biên cương.

Bởi vì tôi vô ngã
Nên tự ngã miên trường.
Bởi vì tôi vô ngã
Nên tự ngã trầm hương.

Trụ Vũ, 11.05.2021
Quý tặng cháu Hoàng Ngọc Thúy

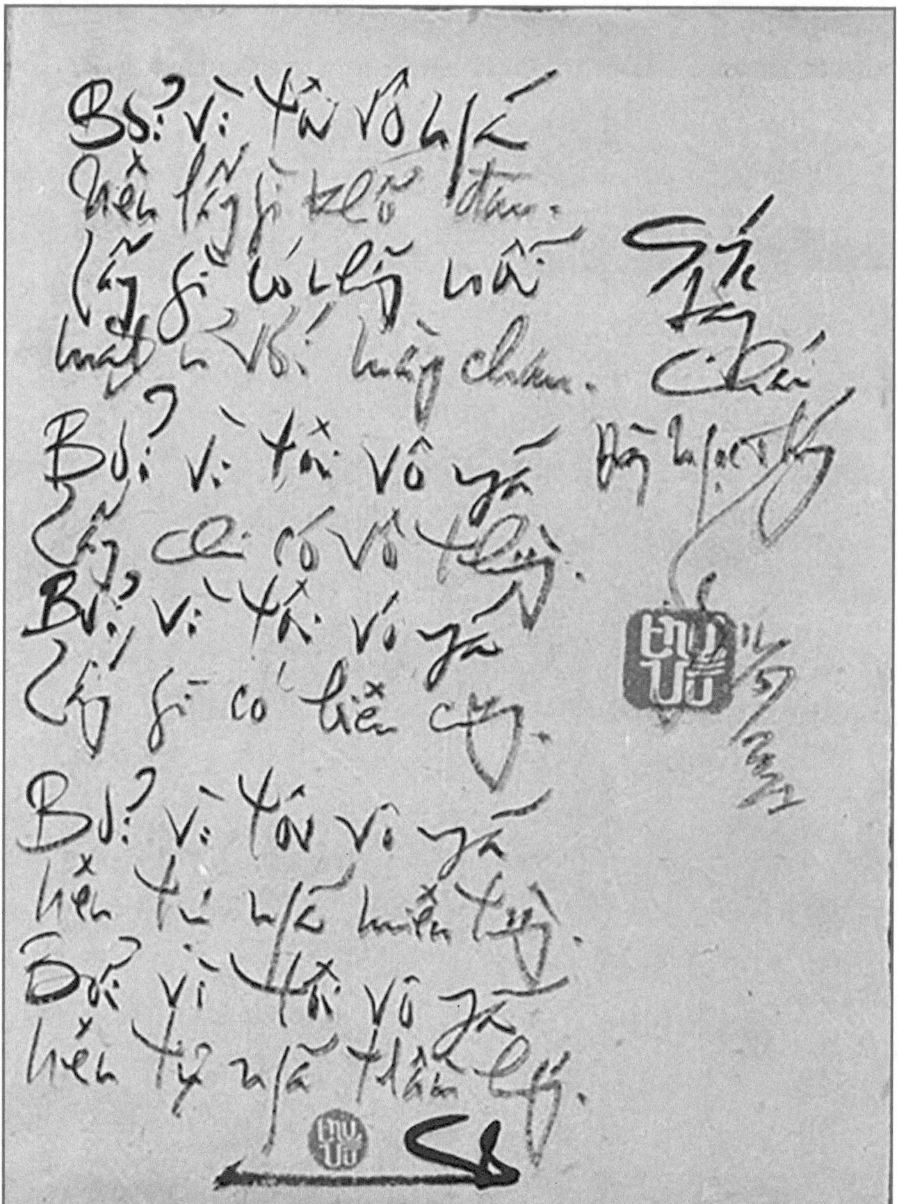

Thủ bút thư pháp của thi sĩ Trụ Vũ

Nội dung và âm hưởng bài thơ Vô Ngã của Trụ Vũ xem ra không xa vũ trụ những bài Kinh Pháp Cú mà nhà thơ Trụ Vũ đã có lần thi kệ hóa vậy.

Phẩm Ngu 62 - Pháp Cú

Đây là con cái ta!
Đây là nhà cửa ta!
Phàm phu thốt như vậy
Đâu biết rằng chính họ
Còn chưa phải của họ
Huống con cái cửa nhà!

Phẩm Đạo 278 - Pháp Cú

Các pháp nọ vô ngã!
Sáng suốt hiểu như vậy,
Ắt rời bỏ khổ não:
Vào ngã lạc tịnh thường!

Kinh Pháp Cú
- Trụ Vũ soạn thành Thi Kệ
NXB Tôn Giáo, 2003

Nghịch Lý

Tản văn

Người Đẹp Europa Và Cái Đầu Của Ông Epimenides

Vào một mùa thu năm nọ, tôi đi nghỉ tại đảo Kreta của Hy Lạp. Nghĩ lại thì điều ấy cũng chẳng có gì đặc biệt. Kreta là một điểm du lịch ăn khách, lại không quá đắt đỏ so với những nơi khác ở châu Âu, nên hầu như ai cũng có thể đến được. Hòn đảo này sống bằng du lịch; mỗi năm Kreta đón khoảng một triệu du khách từ khắp nơi trên thế giới đến thăm viếng, nghỉ dưỡng, chiêm ngưỡng những bãi biển xanh trong, những dãy núi khô cằn và những phế tích còn sót lại của các nền văn minh cổ xưa.

Ngồi trên máy bay, khi động cơ vừa ổn định độ cao, tôi đã mở cuốn sách hướng dẫn du lịch Kreta mới mua và đọc một cách say mê. Có lẽ vì đã đi biển quá nhiều trong những chuyến đi trước, lần này tôi tự nhủ mình sẽ không lười biếng nằm phơi nắng hay chỉ thong dong dạo bước trên các bãi biển ấm áp quen thuộc. Tôi muốn thử làm một kẻ lần mò, tìm đến những di tích cổ, những địa danh ít nhiều gắn với lịch sử, huyền thoại và triết học - những thứ từ lâu vẫn âm thầm hấp dẫn tôi.

Kreta thường được nhắc đến như chiếc nôi của Âu Châu. Chính từ mảnh đất nhỏ bé này, cái tên Europa đã ra đời và dần dần trở thành danh xưng của cả một lục địa.

Europa, trong thần thoại Hy Lạp, là một nàng công chúa xinh đẹp, con gái của vua Agenor xứ Tyros. Thần Zeus - vị thần tối cao, cha của các vị thần - đem lòng say mê nàng. Để tránh sự dòm ngó của Hera, Zeus hóa thân thành một con bò đực mình vàng, hiền lành và quyến rũ. Trong một buổi dạo chơi trên bãi biển, Europa bị vẻ đẹp của con bò thu hút, trèo lên lưng nó, để rồi bị nó đưa vượt biển khơi, sóng gió trùng trùng, đến tận đảo Kríti.

Tại vùng đất xa lạ ấy, Europa chung sống với Zeus và hạ sinh ba người con trai. Một trong số đó là Minos, về sau trở thành chúa đảo Kríti, gắn liền với những huyền thoại khác như mê cung, quái vật Minotaur và nhà kiến trúc Daedalus. Ai giăng làm chi mảnh lưới ái tình mà đến nỗi cả thần thánh cũng phải vướng lụy! Trong các sử thi Hy Lạp, đại thi hào Homer từng nhắc đến Europa như một vị hoàng hậu thần thoại của đảo Kríti, một biểu tượng vừa mang vẻ đẹp nữ tính, vừa gắn liền với sự khai sinh của cả một không gian văn hóa.

Mải mê với những hình ảnh và ghi chú trong sách, tôi chợt giật mình nhận ra một điều tưởng như rất quen mà bấy lâu nay không để ý: Kreta, viết theo tiếng Đức là Crete, tiếng Hy Lạp là Kríti - chính là cái tên mà tôi đã gặp từ thời trung học. Ngày ấy, cái lo lớn nhất của chúng tôi là học sao để thi cho đậu, vì không đậu là phải đi nhập ngũ ngay. Ít ai trong lớp thực sự để tâm đến những câu hỏi cắc cớ của triết học hay luận lý học. Cái tên Epimenides khi ấy chỉ lướt qua sách vở như một khái niệm khô khan, rồi nhanh chóng bị quên lãng.

Giờ đây, khi ngồi trên máy bay sắp hạ cánh xuống mảnh đất đầy nắng gió và huyền thoại này, tôi bỗng thấy trong lòng dâng lên một cảm giác hồi hộp rất lạ. Tôi sắp được đặt chân lên quê hương của Epimenides - người đã để lại cho nhân loại một nghịch lý nổi tiếng đến mức, dù không học triết hay toán, người ta vẫn có thể đã từng nghe qua.

Vậy "Nghịch Lý Nói Dối Epimenides" Rốt Cuộc Là Gì?

Nguồn gốc của nghịch lý này được ghi lại trong Kinh Thánh Tân Ước. Trong bức thư của Sứ đồ Paulus gửi cho Titus (Titus 1:12), có trích dẫn lời của một vị tiên tri xứ Kríti tên là Epimenides, sống vào khoảng thế kỷ thứ VI hoặc VII trước Công nguyên. Câu nói được ghi lại như sau: "Một người trong bọn họ, là bậc tiên tri của họ, đã nói rằng: Người Kríti nói dối, là thú dữ, ham ăn mà làm biếng."

Thoạt nghe, đó chỉ là một lời phê phán nặng nề, thậm chí có phần xúc phạm. Nhưng chính từ đây, một trong những nghịch lý cổ xưa nhất của tư duy nhân loại được hình thành. Sử sách còn chép rằng Epimenides là người đã kiên quyết bảo vệ quan điểm cho rằng thần Zeus là bất tử - một niềm tin đi ngược lại với quan niệm của nhiều cư dân Kríti thời bấy giờ, vốn tin rằng Zeus đã chết và được chôn cất ngay trên đảo.

Trong bối cảnh ấy, Epimenides tuyên bố: "Tất cả người dân đảo Kríti đều là kẻ nói dối." Nhưng trớ trêu thay, chính ông cũng là người Kríti. Nếu lời ông nói là đúng, thì ông - với tư cách là một người Kríti - cũng là kẻ nói dối. Mà nếu ông là kẻ nói dối, thì câu nói của ông không thể đúng, và như vậy người Kríti lại không phải là những kẻ nói dối. Nhưng nếu người Kríti không nói dối, thì lời của Epimenides lại trở thành không đúng. Một vòng lẩn quẩn khép kín, tự phủ định rồi lại tự khẳng định, không có điểm dừng.

Nghịch lý Epimenides được xem là một trong những nghịch lý xưa nhất của cái gọi là "nghịch lý nói dối". Từ đó về sau, nó trở thành nguồn cảm hứng cho vô số câu chuyện, ví dụ và suy luận khác trong triết học và luận lý học.

Người ta thường nhắc đến một nghịch lý thú vị khác, gần gũi và dễ hình dung hơn: câu chuyện về Pinocchio - thằng người gỗ nổi tiếng của nhà văn Ý Carlo Collodi. Pinocchio có một đặc điểm rất đặc biệt: mỗi khi cậu nói dối, mũi sẽ dài ra một chút. Một ngày nọ, Pinocchio nhìn vào chiếc mũi của mình và thốt lên: "Ồ, mũi tôi đang dài ra."

Nếu mũi Pinocchio đang dài ra, thì cậu đang nói dối. Nhưng nếu cậu đang nói dối, thì câu nói kia không đúng, và mũi không thể dài ra được. Ngược lại, nếu mũi không dài ra, thì Pinocchio đã nói thật, và như vậy mũi lại phải dài ra. Lý trí của chúng ta bị mắc kẹt trong một vòng tròn không lối thoát, giống như khi đối diện với lời tuyên bố của Epimenides.

Thật đúng là những vòng lẩn quẩn của nghịch lý và lý nghịch, tưởng như chỉ là trò chơi chữ nghĩa, nhưng lại đặt ra những câu hỏi sâu xa về bản chất của chân lý, ngôn ngữ và sự tự quy chiếu.

Từ nghịch lý Epimenides đến luận đề của Bertrand Russell

Phải hơn hai mươi lăm thế kỷ sau, tinh thần của nghịch lý Epimenides mới được làm sống lại một cách mạnh mẽ trong các công trình của nhà bác học người Anh Bertrand Russell. Russell (1872-1970) là một nhân vật hiếm hoi hội tụ nhiều vai trò: triết gia, toán học gia, nhà luận lý học và sử gia. Năm 1950, ông được trao giải Nobel Văn học, không phải cho các công trình toán học khô khan, mà cho những trước tác triết học và tiểu luận có ảnh hưởng sâu rộng đến tư duy hiện đại.

Russell kể lại một câu chuyện tưởng như rất đời thường, nhưng lại chứa đựng một nghịch lý nổi tiếng: nghịch lý ông thợ cạo râu ở làng Seville. Trong làng Seville chỉ có duy nhất một ông thợ cạo. Tất cả đàn ông trong làng, nếu không tự cạo râu, đều phải đến tiệm của ông. Ông thợ cạo tuyên bố: "Tôi cạo râu cho tất cả những người đàn ông không tự cạo râu."

Nghe qua, câu nói ấy hoàn toàn hợp lý. Nhưng rồi có một người cắc cớ hỏi: "Vậy ai cạo râu cho bác?" Ngay khoảnh khắc ấy, nghịch lý xuất hiện. Nếu ông thợ cạo tự cạo râu cho mình, thì ông thuộc nhóm những người tự cạo râu, và theo tuyên bố của chính ông, ông không cạo râu cho nhóm này. Nhưng nếu ông không tự cạo râu, thì ông lại thuộc nhóm những người không tự cạo, và theo tuyên bố, ông phải cạo râu cho chính mình.

Dù ta cố gắng xếp ông thợ cạo vào nhóm nào - tự cạo hay không tự cạo - ta đều vấp phải mâu thuẫn. Câu chuyện đơn giản về việc cạo râu bỗng chốc trở thành một bát quái trận đồ của luận lý.

Russell chỉ ra rằng, gốc rễ của mâu thuẫn này nằm ở sự tự quy chiếu. Khi một hệ thống tự đặt mình làm đối tượng của chính nó, mâu thuẫn gần như là điều không thể tránh khỏi.

Ông diễn đạt nghịch lý này bằng ngôn ngữ của lý thuyết tập hợp trong toán học. Giả sử S là "tập hợp của tất cả các tập hợp không chứa chính nó". Nếu S chứa chính nó, thì theo định nghĩa, S không được chứa chính nó. Nhưng nếu S không chứa chính nó, thì theo định nghĩa, S lại phải chứa chính nó. Hai mệnh đề "S là phần tử của S" và "S không là phần tử của S" không thể đồng thời đúng, nhưng cũng không thể đồng thời sai. Mâu thuẫn là điều tất yếu.

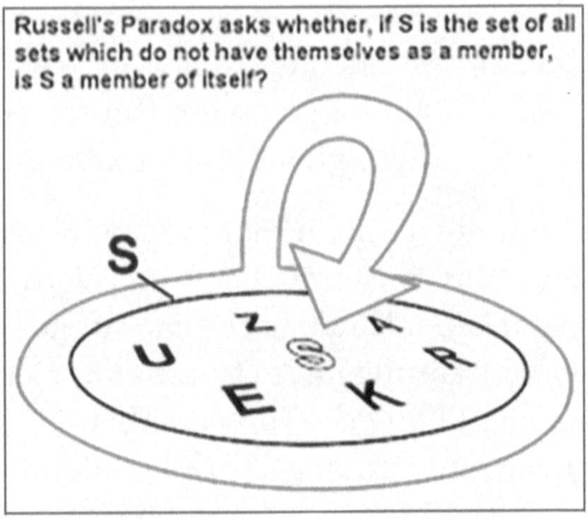

Nguồn hình minh họa: Internet

Russell muốn chứng minh rằng: trong những hệ thống tự quy chiếu, mâu thuẫn không phải là tai nạn, mà là hệ quả logic không thể tránh. Tập hợp ấy tồn tại, nhưng lại không thể tồn tại theo cách ta định nghĩa nó.

Tôi không có tham vọng đi sâu vào các tranh luận toán học hay triết học phức tạp xoay quanh Lý thuyết Tập hợp. Điều đáng ghi nhận là: chính những nền tảng lý thuyết tưởng như khô khan này đã góp phần quan trọng vào sự hình thành của khoa học máy tính và kỹ thuật điện toán hiện đại trong thế kỷ hai mươi và hai mươi mốt.

Từ Nghịch Lý Luận Lý Đến Chiêm Nghiệm Cuộc Sống

Những câu chuyện bên trời Tây, từ Epimenides đến Russell, người ta đã bàn cãi suốt hàng trăm năm vẫn chưa ngã ngũ. Tôi chỉ xin góp nhặt vài mảnh suy tư nhỏ bé để chiêm nghiệm thêm về đời sống và con đường tâm linh của chính mình.

Cuộc sống quanh ta vốn dĩ đầy những nghịch lý. Ai trong chúng ta mà chưa từng đứng trước những ngã ba của cuộc đời: rẽ trái hay rẽ phải, tiến lên hay lùi lại. Mỗi lựa chọn đều có cái giá của nó, và đôi khi không có con đường nào hoàn toàn đúng hay hoàn toàn sai. Sự lựa chọn nào cũng có nhiều hy sinh. Và đời người đâu chỉ có ngã ba; còn có ngã tư, ngã năm, ngã bảy; nơi mọi phương hướng đều có khói mờ mịt.

Có lúc tôi tự hỏi: tập hợp "x" trong các ví dụ luận lý kia là gì? Có khi nó chính là cái tôi. Trong thân xác này, mỗi ngày có hàng triệu tế bào chết đi, đồng thời hàng triệu tế bào khác sinh ra. Chúng thuộc về tôi, tạo nên tôi, nhưng cũng không phải là tôi theo nghĩa cố định và bất biến.

Nhìn theo cách ấy, cái "tôi" tưởng như rất gần, tưởng vươn tay là nắm được, nhưng lại không thể bám víu hay sai khiến. Vì ngay khi nó hình thành, nó đã mang trong mình mầm mống của hoại diệt. Không có cái gì tồn tại độc lập, vĩnh viễn trong vòng nghịch lý của sinh - diệt.

Nhà Phật gọi những yếu tố ấy là năm uẩn: sắc, thọ, tưởng, hành, thức. Kinh Bát Nhã dạy: "Sắc bất dị không, không bất dị sắc; sắc tức thị không, không tức thị sắc." Nghe qua, đó lại là một nghịch lý: sắc là không, mà không lại là sắc. Nhưng chính nghịch lý ấy mở ra cái nhìn về vô thường, vô ngã và duyên sinh.

Kinh điển Pali thường dùng thuật ngữ khanika marana - cái chết trong từng sát-na. Mỗi khoảnh khắc, cái cũ chết đi, cái mới sinh ra. Bám chấp vào thân thể, cảm xúc hay bất kỳ đối tượng nào cũng đều tiềm ẩn nguy cơ khổ đau.

Quay về ngôi nhà Đông phương của mình, tôi nhớ đến lời cụ Nguyễn Duy Cần khi giải thích về Lão Tử và Đạo Đức Kinh. Cụ viết rằng: "Đạo không còn là một con đường hay phương tiện, mà là một nguyên lý huyền diệu, vượt khỏi mọi đối đãi nhị nguyên như có - không, cao - thấp, phải - quấy. Những mâu thuẫn ấy chỉ là hai mặt của cùng một thực tại."

Lão Tử đã viết ngay từ chương đầu Đạo Đức Kinh: "Đạo khả đạo, phi thường đạo. Danh khả danh, phi thường danh." Cái gì có thể nói ra được thì không còn là Đạo thường hằng. Hiểu Đạo bằng văn tự, bằng phân tích nhị nguyên, quả thật vô cùng hiểm trở nếu không có trực giác và sự sống thật với đời sống.

Tinh thần ấy cũng gặp lại trong Kinh Kim Cang, khi Đức Phật dạy: "Phàm sở hữu tướng giai thị hư vọng. Nhược kiến chư tướng phi tướng, tức kiến Như Lai." Tất cả những gì có hình tướng đều là hư vọng; thấy được cái không phải tướng, mới là thấy được thực tại.

Rốt ráo mà nói, từ Tây sang Đông, từ luận lý học, toán học đến đạo học, cái tưởng chừng như nghịch lý ấy thật ra không nghịch. Nó chỉ phản ánh đúng bản chất của thực tại. Pháp giống như chiếc bè qua sông: cần nó để sang bờ, nhưng sang bờ rồi thì phải buông bỏ. Mang chiếc bè trên đầu để đi tiếp chỉ làm nặng thêm gánh đường. Nói thì dễ, nhưng làm không dễ. Nhưng không phải là chưa từng có người làm được.

***

Sau khi đi một vòng khá xa, từ huyền thoại Hy Lạp, qua những nghịch lý của luận lý học phương Tây, rồi trở về với đạo học phương Đông, tôi chợt nhận ra rằng: điều làm con người khổ không hẳn là nghịch lý, mà là sự nôn nóng muốn giải thích nghịch lý; hay nói đúng hơn: muốn xóa bỏ nghịch lý ấy.

Ta thường muốn mọi sự phải rõ ràng, nhất quán. Phải - quấy phân minh, đúng - sai rạch ròi. Nhưng đời sống vốn không vận hành như một bài toán sơ cấp. Có những câu hỏi không có lời giải dứt khoát. Có những tình huống mà càng cố gắng phân định, ta càng rơi sâu hơn vào mâu thuẫn. Cũng như Epimenides, càng nói thì càng tự trói mình; như ông thợ cạo của Russell, càng muốn hợp lý thì càng bế tắc.

Có lẽ, bài học nhẹ nhàng nhất mà những nghịch lý ấy gợi ra là: đôi khi, điều cần thiết không phải là giải nghịch lý, mà là sống chung với nó. Không phải mọi mâu thuẫn đều cần được tháo gỡ; có những mâu thuẫn chỉ cần được thấy, được chấp nhận, rồi tự nhiên sẽ lắng xuống.

Trong đời sống hằng ngày cũng vậy. Ta vừa muốn an toàn, vừa khao khát tự do; vừa sợ mất mát, lại vừa mong thay đổi; vừa muốn buông bỏ, lại vừa không nỡ rời tay. Nếu cố ép mình phải chọn ngay một phía, ta dễ rơi vào căng thẳng và khổ đau. Nhưng nếu đủ chậm để nhìn sâu, ta có thể nhận ra rằng: hai phía ấy không phải luôn muốn loại trừ nhau. Chúng chỉ là hai mặt của cùng một tiến trình sống.

Nhà Phật nói "sắc tức thị không", Lão Tử nói "huyền chi hựu huyền". Những lời ấy, suy cho cùng, không nhằm tạo thêm một hệ thống tư tưởng mới để ta bám víu, mà nhắc ta đừng bám vào mọi hệ thống.

Khi không còn quá quyết liệt với việc phải đúng, phải thắng, phải nắm giữ, thì nghịch lý không còn là kẻ thù, mà trở thành người thầy âm thầm, trở thành Bắc đẩu trong đại dương mênh mông.

Những điều ta cho là "nghịch lý" - xét đến cùng, không phải là một bẫy tư duy, mà là một phần của đời sống con người. Mỗi chúng ta đều vừa muốn được an toàn, vừa khao khát đổi thay; vừa muốn giữ lấy, vừa muốn buông ra; vừa sợ lạc mất chính mình, nhưng lại mong mình được lớn hơn chính mình. Nếu xem đó là mâu thuẫn để triệt tiêu, ta sẽ mệt mỏi, đuối sức. Nếu xem đó là hơi thở của một đời người, ta bắt đầu nhẹ lại.

Có những câu hỏi không đòi lời giải, chỉ cần một không gian để được nhận diện. Có những bất an không cần xóa bỏ, chỉ cần được chấp nhận bằng mắt nhìn từ bi. Và có những khoảng trống, khi ta thôi lấp đầy, lại trở thành nơi tâm an trú.

Có lẽ hạnh phúc không nằm trong một chân lý cuối cùng, mà trong khả năng bước từng bước giữa đời mà không cần phải nắm chắc. Khi bớt đòi hỏi đời phải minh bạch tuyệt đối, ta thấy lòng mềm đi. Và chính trong cái mềm đó, tự do có chỗ để đến, còn ta có chỗ để thở./.

Việc Lành

Tản văn

Làm Việc Lành Kể Ra Cũng... Dễ

Tôi đố anh chị đoán biết được, cái chữ thập bằng gỗ nổi trên mặt nước trong bức ảnh trên là để làm gì?

Bức ảnh này tôi đã chụp được lúc đi thăm nghĩa trang Ohlsdorf ở Hamburg. Hôm ấy tôi đi thăm mộ bà đỡ đầu người Đức. Mới đầu đi ngang qua thấy nó nằm đó mà không lưu tâm đến. Giữa cái nghĩa địa mênh mông mà người ta ghi là lớn nhất Âu Châu với hơn 200.000 ngôi mộ này thì có hàng trăm ngàn cây thập tự giá trên các ngôi mộ. Vậy nên tôi đồng hóa ngay chữ thập này thành một biểu tượng tôn giáo Cơ Đốc.

Đến khi bà xã tôi đi đến đó múc nước tưới hoa quanh mộ thì nhìn thấy nó nên mới đặt câu hỏi. Tôi bèn quay lại chỗ hồ nước để nhìn kỹ và nhận ra chữ thập này bằng gỗ và nổi trên mặt hồ nước, nó cứ trôi qua trôi lại sau khi có ai đó đưa bình đựng nước vào để múc nước tưới. Vậy chắc nó phải có gì khác với các Thánh giá trên các ngôi mộ? Biết rằng có gì đó, rất lạ và hơi bí mật đó mà nghĩ mãi vẫn không ra.

Thường những việc như vậy (tạm gọi là thực dụng thường nhật) bà xã tôi giỏi hơn tôi. Bà ấy biết cách xua ổ kiến trong sân nhà đi chỗ khác mà không làm hại chúng, biết ngay tức thì khi cậu con trai đi roller té chân sưng ù phải đưa vào bệnh viện cấp cứu, sao bác sĩ không lo chụp quang tuyến mà lại lo chích thuốc ngừa tetanus trước (để ngừa vết thương bị vi khuẩn uốn ván clostridium tetani xâm nhập do sườn xe cắt vào chân, giải thích vậy phòng khi anh chị cũng không biết lý do như tôi), hay lúc cô gái út nấu thức ăn mặn quá gọi điện thoại cầu cứu mẹ thì mẹ nói ngay bỏ thêm vào đó 2 củ khoai tây. Nên khi được bà xã hỏi thì tôi cảm thấy hãnh diện lắm. Nhưng suy nghĩ hoài tôi cũng không biết là tại sao, không tìm được câu trả lời cho hợp lý.

Nhưng tôi không thể vì vậy mà bỏ cuộc được. Hai thanh gỗ ghép nối nhau một cách chuyên nghiệp thành thạo như vậy tất phải có mục đích. Chúng nó như nắm tay nhau nằm trong hồ đựng nước giữa nghĩa địa, dưới những tàn cây lớn, soi bóng bầu trời xanh trông quá đẹp mắt. Con mắt có chút tính nghệ sĩ nhìn thấy vậy nhưng chắc đó không phải là câu trả lời làm vừa lòng người hỏi.

Về nhà cố lục trong Internet tìm hiểu thêm nhưng đường đi vẫn bí lối. Tôi bèn gọi điện thoại cho văn phòng nghĩa địa hỏi, bà thư ký có vẻ hững hờ và coi thường câu hỏi vì không biết tôi muốn nói chuyện gì. Có thể bà ta nghĩ sao lại có người dư thì giờ quan tâm chi cái chuyện chẳng ăn nhập đến ý nghĩa sự sống chết trong nghĩa địa. Nghĩa địa thì có khối chuyện phải lo cho người chết, sá gì chuyện vớ vẩn của hai cây gỗ nối chặt nhau trôi bồng bềnh trong hồ nước ấy - và ai lại ở không mà lo cho hai thanh gỗ lạnh cóng hay chết đuối trong hồ.

Thắc mắc vẫn cứ đeo đuổi mãi. Mãi cho đến chừng hai tháng sau, khi đến thăm mộ lần nữa. Lúc vào một tiệm hoa quen mà tôi thường ghé lại ở gần đó, tôi lục tấm hình đã chụp trong điện thoại hỏi cô chủ của tiệm hoa, thì cô ta cười và giễu tôi ngay: "Có vậy mà cũng không biết."

Để chữa thẹn tôi nói: "Không biết thì mới hỏi chứ."

"Không biết thật sao? Dễ quá." Cô trả lời. "Hồ nước nằm dưới các lùm cây thì có khối côn trùng từ trên cây cao thường rơi tõm vào trong đó. Với con người thì cái hồ nước chỉ chừng thước rưỡi đường kính ấy quả là bé tí, nhưng với loài sâu bọ thì đó là cả đại dương mênh mông. Hai thanh cây ấy là để cho các chú sâu rơi vào đó có cơ hội bám vào để chúng có thể leo vào thành hồ và khỏi nạn chết đuối."

Quả là dễ hiểu thật. Khâm phục lời giải thích của cô gái tiệm bán hoa ấy một phần mà khâm phục người nghĩ ra điều đó mười phần hơn. Chắc chắn phát kiến ấy phải xuất phát từ lòng từ bi thương sinh vật. Có thể hai khúc cây còn có công dụng gì khác nhưng với tôi chỉ việc đó thôi cũng đáng cúi đầu khâm phục. Tâm nguyện ấy chắc chắn đã khởi lên từ tấm lòng muốn làm việc lành cứu giúp chúng sanh.

Bởi vậy, làm một việc lành thì quả là không khó như mình tưởng, trừ phi mình muốn làm những công trình vĩ đại, tốn bạc tỷ đô la như ông Bill Gates (mà ông Gates cũng chỉ làm việc thiện vì tâm từ chứ đâu nghĩ gì hơn). Nhưng công tâm mà nói, việc bạc tỷ hay việc vài chục đồng, cả những việc chỉ mấy xu hay không có đồng nào cả... chưa biết việc nào lớn, việc nào nhỏ. Kinh Phật có kể câu chuyện bà già ăn mày chỉ gom đủ tiền cúng một ngọn đèn, trong khi vua Tần-bà-sa-la cúng cả ngàn ngọn, nhưng ngọn đèn của bà già vẫn cháy sáng mãi suốt đêm trong khi các ngọn đèn của vua đã tắt; mãi đến khi Tôn giả Mục Kiền Liên dùng tay áo cà sa để quạt tắt thì đèn lại càng sáng hơn. Cái đèn sáng hay cái tâm bà cụ ăn mày đang tỏa sáng?

Tôi không biết chữ thập gỗ để trong hồ nước đó đã cứu được bao nhiêu chúng sinh sâu bọ qua bốn mùa xuân hạ thu đông. Chắc đã không ít. Nhiều khi người ta cứ muốn làm một việc tày trời, mà việc thực tế thì cho là việc nhỏ. Việc nhỏ mà hại thì vẫn hại.

Và không phải khi ta làm một điều lành là ta chỉ cho ra mà không được nhận vào.

Còn nhớ hôm đi chợ, ghé vào bưu điện kế bên để nhận sách từ Amazon gởi đến. Khi bước ra cửa thì có một cụ già đi bằng xe đẩy nhưng vẫn cố đứng chặn cửa để tôi đi ra. Tôi dừng lại, dùng chân giữ cửa và mời cụ đi trước. Cụ không chịu và bảo, ông cứ bước ra đi. Cụ tâm nguyện mỗi ngày phải làm ít nhất một việc tốt, hôm nay chưa làm gì cả nên tôi phải giúp cụ thực hiện tâm nguyện ấy đầu tiên. Tôi cười và cám ơn bà cụ rồi bước ra. Thật quý hóa! Quay lại nhìn khuôn mặt mãn nguyện của bà cụ mà tôi cũng vui lây. Thật ra, giúp giữ cửa cho một người bước đi thì cũng không phải là làm việc gì quan trọng lắm. Nhưng nếu nói rằng, cụ đã mang cho người khác một niềm vui thì ý nghĩa ấy quả là không nhỏ. Và tất nhiên, người vui nhất vẫn là cụ. Mình giúp ai việc gì tạo được niềm vui thì người được vui nhất chính là mình.

Có lần tôi đọc được rằng, nếu chúng ta thử cố nhớ lại trong đời mình món quà làm mình vui và nhớ rõ nhất chính là món quà mình từng tặng ai đó mà họ vui và hạnh phúc khi nhận;

chứ không phải món quà ai đó tặng mình. Cái vui nhận được quà rồi sẽ qua, món quà đó có lúc phải cũ; nhưng khi mình mang cho ai niềm vui và niềm hạnh phúc thì mình lại hay nhớ nghĩ về nó. Và chính mình cũng vui, cũng hạnh phúc.

Bởi thế, không hẳn làm việc tốt lớn thì mới là việc lành. Việc nhỏ cũng là việc lành. Từ việc không dửng dưng khi thấy người hàng xóm hoạn nạn, đến việc không xả rác độc hại, mủ nhựa ny lông bừa bãi vô tình giết hại các loài sinh vật dưới biển. Nuôi dưỡng tâm từ thường xuyên trong mình chính là tô thắm con đường dẫn đến an lạc hạnh phúc.

Cùng với việc làm điều lành là tránh điều dữ. Hai việc tưởng như khác biệt nhưng kỳ thật ấy là một. Việc ấy trong bài Kinh nhật tụng cũng đã ghi rõ. Thề tránh điều dữ, nguyện làm việc lành... (Kinh Sám Hối Phát Nguyện)

Có khi có những điều dữ mình làm mà không tự ý thức được. Một ly "cà phê to go" đựng bằng ly plastic chỉ để ta thỏa mãn chốc lát hương vị đầu lưỡi mà rác thải ấy giết hại bao nhiêu loài vật trong lòng biển. Sao nỡ làm ngơ! Chỉ vì miếng ny-lông để đậy chén chè cho khỏi bụi hôm ấy rồi rác đem đổ vào lòng biển, sau đó một chú rùa nhầm tưởng là sứa hay bạch tuộc nuốt vào để rồi phải đầy bao tử mà chết đói, thì bao nhiêu thiện nghiệp thả chim cá phóng sanh cũng đi theo sông nước, cũng tan thành mây khói.

Khoảng Cách Sợi Tơ Giữa Thiện Và Ác

Khoảng cách thiện-ác ấy có khi còn mỏng manh hơn sợi tơ nhện.

Tác giả người Nhật Ryūnosuke Akutagawa (1892-1927) từng kể một câu chuyện (sau này GS. Cao Huy Thuần phóng tác lại với một văn phong tuyệt đẹp trong tác phẩm Sợi Tơ Nhện).

Kandata là một tên cướp khét tiếng từng giết người không gớm tay, bàn tay của y đã thấm đầy máu đồng loại. Một lần đi dưới lùm cây, y nhìn thấy một con nhện đang bò trên đường, y vội bước tránh qua bên để khỏi đạp chết con nhện. Sau khi Kandata chết đi tất nhiên do tội ác tày trời đã tạo ra nên cửa địa ngục A-tỳ đã mở sẵn để đón y vào. Một hôm nọ, trên cõi Cực Lạc đức Phật Thích Ca đang đi kinh hành bên hồ sen, bằng thiên nhãn Ngài nhìn thấy dưới đáy hồ hiện ra toàn cảnh địa ngục. Đức Phật đang nhìn thấy tội nhân Kandata chịu bao cực hình vô cùng đau đớn. Ngài cũng đang nhìn thấy trên một lá sen xanh ở mặt hồ có một con nhện đang nhả tơ. Đức Phật bèn giúp con nhện đền đáp ân xưa, buông nhẹ sợi tơ xuống địa ngục để tên cướp Kandata có thể bám vào đó leo ra khỏi địa ngục. Kandata biết cơ hội đang đến, chàng ta dùng hết sức bình sinh bám vào sợi tơ nhện mỏng manh ấy để leo lên. Càng leo lên cao càng nhìn thấy ánh sáng trần gian và xa dần địa ngục âm u tăm tối. Chàng thở hổn hển vì mệt. Trên kia con nhện cũng đang cố hết sức chịu sức nặng để giữ đầu dây. Nhưng sợi tơ nhện ấy sao mỏng manh quá, mỏng như thiện nghiệp chàng đã tạo thuở sinh tiền. Kandata vẫn gắng hết sức leo vì biết rằng đây là cơ hội duy nhất của đời chàng mong thoát khỏi A-tỳ địa ngục. Sức đã sắp kiệt, hai tay đã tím bầm, Kandata tạm dừng lại hổn hển thở để nghỉ mệt vài giây. Vùng sáng trên kia đã nhìn thấy nên chắc không còn xa bao nhiêu. Chàng nhìn lại đoạn đường mình đã leo, nhìn xuống địa ngục sâu thẳm âm u mà hoảng sợ. Bất giác, tên cướp Kandata nhận ra, dưới kia cũng có hằng trăm tội nhân đang tranh nhau bám vào sợi tơ ấy, đang giành giựt đạp lên nhau để níu chặt sợi dây mà leo lên như chàng. Bỗng một thoáng niệm ích kỷ thời sinh tiền trỗi dậy, chàng lo sợ rằng sợi tơ mong manh ấy sẽ bị đứt. Kandata một tay bám sợi tơ, một tay bụm lại làm loa hét lớn xuống bên dưới: "Này bọn kia, hãy buông ra ngay, sợi tơ này là của chú nhện trên kia thả xuống chỉ cho mình ta". Nói chưa dứt câu thì sợi tơ đứt tung thành trăm mảnh, cả Kandata và những tội nhân khác lại rơi tõm trở lại chảo dầu đang sôi của địa ngục.

***

Cho nên, mỗi ngày trong mỗi hành động lớn nhỏ, trong mỗi bước đi là ta đang bước đi giữa ranh giới mong manh của thiện và ác. Trong nhà chùa thường nghe phép Từ Bi Quán nhưng có khi được hiểu như là một lời cầu nguyện để chư Phật gia hộ cho chính mình. "Từ năng dữ nhứt thiết chúng sinh chi lạc; Bi năng bạt nhứt thiết chúng sinh chi khổ." Từ là tâm nguyện đem an vui đến cho tất cả chúng sinh; Bi là tâm nguyện làm vơi đi nỗi khổ cho muôn loài. Cái niệm thiện, cái lòng lành, cái tâm từ bi ấy trong ta phải được chăm sóc, phải thực tập thường xuyên, như khi chăm sóc củi lửa để ánh sáng còn mãi đó thì bóng tối tất sẽ tự tiêu tan. Thề tránh điều dữ, nguyện làm việc lành!

Và việc ấy xem ra... cũng không phải không làm được !

"Ví như vác mười bó củi, hai mươi bó, ba mươi bó, bốn mươi bó, năm mươi bó, trăm bó, ngàn bó, trăm ngàn bó, gom chất lại thành một đống, đốt lên thành một đống lửa lớn. Nếu có người nào cho thêm củi và cỏ khô vào, các tỳ-kheo, các ngươi nghĩ sao, lửa này có tiếp tục cháy mãi được không?"

"Này các tỳ-kheo, nếu đống lửa đang cháy kia mà không thêm củi và cỏ khô vào, các tỳ-kheo nghĩ sao, lửa kia có bị tắt không?"

Tạp A-hàm quyển 1; Kinh 324: THỦ.

Tuệ Sỹ và Thích Đức Thắng dịch

Phần IV

ĐI QUA

Sắc Lặc

Truyện ngắn

Buổi sáng thức dậy muộn. Loay hoay tìm cách xay hạt cà phê Trung Nguyên (VN) của anh bạn Sĩ Long vừa gởi tặng từ thành Wien (thành phố của mộng mơ và những giấc chiều xưa + cà phê gốc cao nguyên Buôn Mê Thuột). Vô tình mở máy gặp cảnh hòa nhạc bài "Cổ Cầm Phương Bắc" khúc "Sắc Lặc Ca". Bài ca của một bộ tộc du mục khu thảo nguyên phía bắc Trung Hoa thời Nam Bắc triều, thế kỷ IV-VI. Vùng đất nằm dưới chân dãy Âm Sơn (陰山), thuộc khu vực Nội Mông ngày nay. Khúc ca ngắn nhưng có những câu ca hay tuyệt như: "Trời như chiếc lều, bao trùm bốn phía" hay "Gió thổi cỏ rạp xuống, hiện ra bò dê". Văn ngữ tả cảnh của người xưa quả thật tinh tế, hoa mỹ, cô đọng nhưng đầy hình ảnh, nhiều phép ẩn dụ và cấu trúc minh bạch, âm điệu nhịp nhàng. Nghĩ bút cùn đã mấy tháng nay không đụng, nhờ hương thơm cà phê cao nguyên đánh thức nên tức cảnh sinh tình phóng bút ghi một câu chuyện tình chợt hiện; gởi tặng bạn.

Người Viễn Khách Đến Từ Ngọn Gió

Trong khoảng không gian tưởng như bất tận phía trước mặt dãy Âm Sơn sừng sững là một vùng thảo nguyên mênh mông. Thảo nguyên ấy trải dài như một tấm thảm cỏ mang tên Sắc Lặc. Nơi đó trời như chiếc lều lớn úp tròn bốn phía, xanh biếc một màu vô tận. Ánh nắng vàng vắt qua không gian bao la, phủ một lớp ánh sáng ấm áp lên cánh đồng rộng lớn không bờ. Nơi ấy, đất trời không còn phân cách - chỉ còn tiếng gió hát giữa thinh không, và tâm hồn con người như tan hòa vào thiên nhiên thuần khiết.

Không gian của Sắc Lặc rộng đến nỗi, mọi âm thanh đều dường như tan loãng trong gió. Những đám mây trắng trôi lững lờ, như đang dạo chơi giữa trời đất, đôi lúc in bóng xuống mặt cỏ, tạo nên những vệt bóng râm mát mẻ. Xa xa, những đoàn bò chầm chậm bước đi, từng chiếc chuông nhỏ nơi cổ phát ra tiếng leng keng như khúc nhạc cổ xưa của thảo nguyên.

Nền trời hoàng hôn, mặt trời lặn xuống chầm chậm, rót mật cam xuống cánh đồng, nhuộm vàng từng nhánh cỏ, từng tảng đá và cả những mái lều du mục thấp thoáng phía xa. Khói bếp cơm chiều lơ thơ tỏa lên, gợi một cảm giác ấm cúng giữa không gian vĩ đại.

Dưới bầu trời mênh mông của thảo nguyên Sắc Lặc, khi tiếng gió thì thầm những khúc ca không lời, bỗng nghe ra một câu chuyện tình dịu dàng như sương sớm - giữa một sơn nữ Sắc Lặc và một viễn khách đến từ ngọn gió.

Chẳng ai rõ vì sao viễn khách lại lạc bước đến nơi đây.

Chính chàng cũng không biết, nữa là...

***

Một hôm - ngày ấy tháng ấy năm ấy - gió nổi sớm hơn thường lệ. Trên sườn núi kia Sa Ly, tên của cô gái của thảo nguyên Sắc Lặc, vừa tròn 18 tuổi. Nàng có đôi mắt sáng như ánh nắng xuyên qua rừng thông, đang chăn đàn dê ở triền núi như bao ngày khác. Sa Ly sở hữu một sắc đẹp hoang dã và chất phác. Ở nàng là một hội tụ những tinh hoa không cần trang điểm của rừng núi thiên nhiên.

Lúc nàng đưa mắt nhìn về phía xa xa, nơi bầu trời sắp chạm vào mặt đất, bỗng nhìn thấy rất rõ một bóng người vừa ngã xuống khỏi lưng ngựa. Nằm bất động. Hình như ông ta kiệt sức vì một vết thương. Đó là một người đàn ông lạ, áo quần dính đầy bụi đường, ánh mắt hoang mang như thể vừa lạc khỏi cả thế giới của chính mình. Không ai biết ông ta đến từ đâu. Ông ta không nói được thổ ngữ Sắc Lặc, không biết tên cả những ngọn núi trong vùng. Ông ta cử động khó khăn, chỉ biết mỉm cười lặng lẽ khi được Sa Ly dùng chiếc khăn choàng buộc chặt vào người để cõng đưa về làng. Đôi mắt ông ta mang vẻ lạc lõng, mà cũng dịu dàng như những kẻ từng trải và sống sót qua nhiều phong ba.

Nàng Sa Ly mang ông khách lạ về lều của mình để chữa thương. Gia đình nàng, kể cả các bô lão trong làng chẳng ai hỏi tại sao, bởi nơi xứ núi Sắc Lặc này, người ta tin rằng: nếu gió đã mang ai đến, thì tất phải có lý do và đất sẽ nuôi dưỡng họ. Sa Ly ngày ngày mang sữa dê, hầm thịt ngựa cho khách lạ ăn, hái lá nấu thuốc cho chàng chữa bệnh. Sa Ly còn dạy anh ta cách gọi tên trời, tên cỏ, tên loài chim hót lúc bình minh.

Còn anh ta - người làng đã đặt tên cho anh là Lạc Phong - thì vẽ cho cô, qua những lời kể chuyện về những con phố ở những xứ sở xa xôi không bao giờ ngủ, những toa tàu chạy xuyên đêm, và những ngọn đèn đường cứ lúc tối trời thì sáng lên và không sợ gió thổi tắt. Cô chẳng hiểu hết, không mơ những khung trời ấy nhưng thích nhất cách anh kể chuyện, cách anh nhìn hoàng hôn say đắm như thể đó là lần cuối cùng được thấy. Mỗi buổi chiều, họ ngồi bên nhau trên đồi cỏ, gió thổi nghiêng cánh áo, và ánh mắt họ nhìn nhau mỗi lúc một lâu hơn.

Tháng ngày cứ thế êm đềm trôi. Lúc gió núi thổi về phía khác là khi mùa thu đến. Lũ ngỗng trời bay qua đầu cất tiếng kêu vang, như lời nhắc rằng không gì ở lại mãi. Vết thương của Lạc Phong đã dần lành lặn, anh bắt đầu nhìn xa hơn ngọn núi, như thể đang nghe thấy tiếng gọi của nơi nào đó. Sa Ly hiểu - những người thuộc về gió sẽ không nằm yên mãi dưới một mái nhà.

Đêm cuối cùng, họ ngồi yên lặng bên đống lửa. Anh cầm lấy tay cô - thô ráp, chai sạn nhưng mạnh mẽ và tươi mát như đồng cỏ sau cơn mưa. Hai tay cứ đan vào nhau không rời, âm thầm truyền hơi ấm. Không ai nói lời chia tay, chỉ lặng yên giữa tiếng gió hú qua khe núi và tiếng củi nổ lách tách bên đống lửa như hai trái tim đang khẽ vỡ.

Sáng hôm sau, lúc gà mới gáy đầu hôm, trời còn tờ mờ sáng, thôn bản còn yên giấc chỉ nghe tiếng lũ bò đang nhai cỏ, Lạc Phong ra đi. Chàng để lại một chiếc vòng đồng và một dòng chữ khắc lên tảng đá nơi họ thường ngồi: "Nếu một ngày nào đó anh tìm thấy lý do vì sao mình lạc đến đây, thì em chính là câu trả lời đầu tiên."

***

Cuộc sống thảo nguyên Sắc Lặc vẫn êm đềm trôi. Sa Ly trở nên lặng lẽ ít nói. Từ ngày Lạc Phong ra đi, Sa Ly tuy vẫn sống với đàn dê và cây cỏ, nhưng những bài hát của cô không còn tròn tiếng như xưa. Mỗi sáng, cô thả dê lên đồi, đứng thật lâu ở nơi có khắc dòng chữ anh để lại, như thể chỉ cần gió đổi chiều là anh sẽ quay về. Nhưng không! Ngọn gió Lạc Phong vẫn lưu lạc mãi tận nơi đâu. Nàng không hiểu hết ý nghĩa dòng chữ anh để lại, nhưng biết rằng đó là những câu chữ anh dành riêng cho nàng. Nhưng kể từ ngày đó, mỗi khi gió thổi mạnh, cô lại ngoái nhìn phía chân trời - nơi từng có một bóng dáng người lạ đến, và để lại cả một mùa yêu trên thảo nguyên.

Rồi trong năm sau, giặc phương Bắc tràn xuống.

Ngựa phi, đao kiếm, lửa đỏ, bụi tung mù cả thảo nguyên. Lều trại cháy rụi. Gia đình Sa Ly bị cuốn vào đoàn người chạy loạn, tha phương khắp vùng biên viễn. Có lúc họ ẩn mình trong rừng tuyết phía tây, có khi đi sâu vào các trấn nhỏ giáp biên, sống bằng nghề dệt thổ cẩm và hát dạo ở các chợ phiên. Giọng hát nàng vẫn còn trong veo như dòng suối mát thảo nguyên Sắc Lặc. Những động tác múa tay uyển chuyển phụ họa theo đã làm say đắm bao khán giả, khiến bao chàng trai trẻ phố chợ đã mềm nhũn trái tim. Nhưng tuyệt nhiên nàng không để ý đến ai. Đôi mắt vẫn hướng về chốn xa xôi và khóc thầm vào những đêm trăng. Đôi mắt huyền trong như hai hạt ngọc càng lúc càng trở nên trầm lặng. Mái tóc đen nhánh ngày nào dài chấm lưng, giờ đã phủ vài sợi trắng cho những mùa nhớ chưa từng gọi tên.

***

Nói về Lạc Phong, sau khi rời khỏi Sắc Lặc, đã tìm lại được con đường cũ - phố thị và nợ núi sông. Rồi những chuyến đi không kết thúc. Nhưng ở bất cứ nơi nào, chàng nhận ra rằng gió ở nơi đâu cũng không giống như gió ở Sắc Lặc, và ánh chiều nơi nào cũng thiếu một giọng hát nhẹ như cỏ đong đưa. Anh bỗng nhớ da diết, cố quay lại tìm vùng đất ấy. Nhưng thảo nguyên không có địa chỉ, và gió thì cứ thổi tám hướng tứ phương, không dẫn lối chàng trở lại chốn xưa.

Anh gặng hỏi nhiều nơi, hỏi người dân du mục, hỏi các đoàn thương nhân. Anh lần theo dấu các phiên chợ biên cương, hy vọng một ngày bắt gặp một cô gái có ánh mắt như màu ngọc hổ phách, và nụ cười từng khiến cả chiều tan ra trong cỏ. Vô vọng!

Mười năm trôi qua - hay lâu hơn nữa. Đó là một ngày cuối thu, bên hồ Khả Nhĩ - nơi mặt nước trắng như gương, phản chiếu bầu trời bàng bạc mây, và núi phủ tuyết lặng lẽ đứng soi bóng mình. Sa Ly, khi ấy đã không còn là thiếu nữ - cô đang hát ở một phiên chợ nhỏ của người Hồi, nơi cô và mẹ sống bằng nghề dệt lụa và kể chuyện dân gian.

Lạc Phong, trong hành trình dọc theo các vùng hồ cao nguyên, vô tình ghé qua. Bất chợt nghe một tiếng hát. Vang lên, vang lên. Tiếng hát mang một âm sắc mà anh đã gìn giữ như huyết mạch của thảo nguyên: mộc mạc, sâu như đất, nhẹ như mây trời. Anh rẽ đám đông, và khi nhìn thấy cô, tay trái - nơi có mạch máu chảy về tim - mang chiếc vòng bằng đồng mà anh đã để lại. Chiếc khăn đầu gài hoa văn cũ - màu chàm đã nhạt, sợi chỉ thêu đã xơ. Đó là thứ mà Sa Ly vẫn đội mỗi khi hát bên chợ phiên, vẫn dùng để che gió bụi khi băng qua các thung lũng lạ, vẫn luôn giữ bên mình như một dấu tích của thời chưa bị cuốn đi. Khăn ấy do mẹ cô dệt - vào những ngày cô còn bé ở Sắc Lặc, lúc chiến loạn còn ở rất xa và lòng người còn tin vào những buổi sớm mai yên bình. Mỗi hoa văn là một bông cỏ gai trên triền đồi, một tia nắng len qua khe núi, một dấu chân ai đó từng dừng lại dưới chiều vàng rồi đi tiếp.

Giờ đây, khi Lạc Phong đứng lặng giữa đám đông, chính chiếc khăn ấy - một vết chàm cũ, một vòng xoáy nhỏ thêu lệch - đã khiến tim anh khựng lại. Không phải chỉ vì nó đẹp, mà vì anh từng nhiều đêm nằm mơ thấy nó. Nó đã từng quấn chặt người anh và người nàng hôm nàng cõng anh về lều cỏ. Anh từng đặt nó lên vai cô gái có ánh mắt màu hổ phách trong một buổi chiều gió lạnh ngày xưa, nơi cỏ rạp xuống và gió đã thì thầm những lời chưa nói. Khi nhìn ánh mắt lặng như thu thủy - anh biết mình không lạc nữa, anh biết mình không cần đi tìm nữa. Gió đã mang anh về đây.

Phiên chợ quê hôm ấy bỗng bừng sáng lên. Lần này không vì nghe tiếng hát của nàng mà là một giọng khàn khàn kèm nhịp gõ chiếc gậy trúc.

Khách lãng tử hề, vai áo bụi trần,
Gió rát mặt, cỏ bao lần ngả rạp.
Chốn cũ đâu hề, trăng xưa khuất bóng?
Chân đã mòn, lòng vẫn hướng chốn xưa.
Ngóng mãi đường về qua nghìn vách núi,
Bóng hình sơn nữ hề, chưa rời cõi lòng ta.
Trong tiếng sáo chiều hề, tim ta sao sôi sục,
Ngựa mỏi gối rồi, gió khẻ gọi: "nàng ơi".
Trăng úa sương lạnh, tóc người vừa chớm bạc.
Khách chậm chân về, nhưng chưa lạc mùa hoa.
Gặp nhau chợ phiên, không một lời hẹn ước,
Bởi hai trái tim hề, cùng một nhịp phách ca.

Sa Ly quay đầu nhìn về hướng người lạ. Nàng không ngạc nhiên, như thể nàng đã biết anh sẽ đến. Cô đứng dậy, không nói gì, chầm chậm đến bên anh, nắm tay người khách phương xa rồi đặt tay trái mình lên ngực trái anh - chỗ trái tim vẫn đập. Nàng mỉm cười toại nguyện.

Bên hồ nước lặng kế ngôi chợ phiên, gió khẽ thổi, trời nhuộm hoàng hôn, và tiếng hát nàng cất lên. Rồi lặp đi lặp lại, tưởng như vô tận - không dành cho phiên chợ như mọi hôm, mà dành cho hai trái tim đang hòa nhịp đập của họ.

Chàng đã về đây hề, không trống kèn nghinh đón,
Lối cũ sương giăng, gạch đá nhớ chân quen.
Ta tựa bên thềm hề, nghe gió mang tin lại,
Người đã quay về, nối giấc mộng xuân xưa.

***

Sau ngày gặp lại bên hồ Khả Nhĩ, Lạc Phong cùng Sa Ly quay trở lại vùng thảo nguyên Sắc Lặc - vùng đất xưa từng bị chiến tranh cày xới. Cỏ đã bắt đầu mọc lại, và gió vẫn nhớ tên người. Họ dựng một căn lều nhỏ dưới chân Âm Sơn, nơi có phiến đá và dòng chữ cũ, nơi hoàng hôn vẫn đỏ như lần đầu họ gặp nhau. Đàn dê lại trở về trên đồi, và tiếng hát Sa Ly vang khẽ mỗi chiều - không còn nỗi nhớ, chỉ còn lòng biết ơn. Biết ơn đời, biết ơn người. Biết ơn mẹ sông, biết ơn cha núi. Nàng cất tiếng hát cho cỏ cây, chim muông, thú vật...

Họ sống như bao người dân du mục vùng sơn cước: chăn nuôi, dệt vải, đan áo, nấu sữa... Họ kể cho đám trẻ con nghe về câu chuyện "người viễn khách đến từ gió và cô gái của thảo nguyên".

Rồi một ngày cuối thu, trong lễ cưới của họ, khi ánh chiều nhuộm vàng cả cánh đồng, khi tiếng sáo thảo nguyên vang lên, Sa Ly đã ngẩng đầu nhìn trời, mỉm cười, rồi cùng Lạc Phong hát khẽ bài ca cổ.

Khúc dân ca xưa (bài thơ cổ - xem chú thích), nay hóa thành khúc hồi sinh cho chính cuộc đời mới của đôi uyên ương:

敕勒川，阴山下，
天似穹庐，笼盖四野。
天苍苍，野茫茫，
风吹草低见牛羊。

Sắc Lặc xuyên, Âm Sơn hạ,
Thiên tự khung lư, lung cái tứ dã.
Thiên thương thương, dã mang mang,
Phong xuy thảo đê, kiến ngưu dương.

Bình nguyên Sắc Lặc dưới chân Âm Sơn,
Trời như chiếc lều lớn, trùm lên bốn phương.

Trời xanh cao, đồng cỏ mênh mông,
Gió thổi cỏ rạp, thấy đàn bò dê...

***

Ở một nơi chốn, nơi mà gió biết gọi tên người, và cỏ biết cúi đầu khi lòng mềm lại, thì ngôn ngữ tình yêu - chẳng cần thốt thành lời./.

Kiel, 05.2025

Lời người kể chuyện

Tình tiết của câu chuyện hoàn toàn hư cấu, lấy cảm hứng từ một bài thơ cổ nổi tiếng. Các địa danh là có thật từ mười mấy thế kỷ trước.

敕勒歌
敕勒川，陰山下，天似穹廬，籠蓋四野。
天蒼蒼，野茫茫，風吹草低見牛羊。

Sắc Lặc ca

Sắc Lặc xuyên, Âm Sơn hạ, Thiên tự khung lư, Lung cái tứ dã.

Thiên thương thương, Dã mang mang, Phong xuy thảo đê kiến ngưu dương.

Dịch nghĩa:

Bài ca Sắc Lặc

Bình nguyên của người Sắc Lặc, Dưới núi Âm Sơn, Trời như chiếc lều, Bao trùm lên bốn nội.

Trời xanh xanh, Nội mênh mông, Gió thổi cỏ rạp xuống hiện ra bò dê.

Bài ca này được chép trong Nhạc phủ thi tập, phần Tạp ca dao từ. Đây vốn là một bài dân ca của tộc Sắc Lặc người Tiên Ty ở phương bắc thời Nam Bắc triều, được dịch từ tiếng Tiên Ty. Tộc Sắc Lặc thời Bắc Tề, Bắc Nguỵ sinh sống ở bình nguyên Hà Sáo tới Đại Mặc, nay ở phía bắc tỉnh Sơn Tây và Nội Mông. Bài ca miêu tả sinh hoạt của người dân du mục gần gũi với thiên nhiên với phong cảnh thảo nguyên tráng lệ, lời lẽ khảng khái, mang đậm tính hào sảng đặc trưng của dân ca phương bắc. Nếu như bài Việt nhân ca 越人歌 là bài thơ dịch sớm nhất còn ghi chép được, thì đây là bài ca dịch được khen ngợi nhất trong lịch sử văn học Trung Quốc. Nguyên Hiếu Vấn có bài Luận thi (kỳ 7) đánh giá cao bài ca này: *"Khảng khái ca dao tuyệt bất truyền, khung lư nhất khúc bản thiên nhiên"* 慷慨歌謠绝不傳，穹廬一曲本天然 (Dân ca khảng khái đã hết, không còn truyền lại nữa, Một khúc lều tranh vốn tự nhiên.)

Nguồn bài thơ: thivien.net

Đôi Bao Tay

Truyện ngắn

1.

Anh Tư có một tật lạ, hễ ngồi vào chiếc bàn nào mà hơi rục rịch một chút là anh tìm dằm gỗ, cạc tông hay giấy... chêm lại ngay. Dù anh đang ngồi ở nhà mình, nhà bạn hay ngay tại nhà hàng sang trọng anh đều làm vậy. Anh thường nói, cái bàn có bốn chân, cũng như năm có bốn mùa. Nếu mưa không thuận gió không hòa thì làm sao yên nhà yên nước được.

Vậy mà số phận chẳng tha anh. Nhà anh mới đầu êm thắm lắm. Anh chị có một trai một gái. Cậu ấm đẹp trai, học giỏi, con nhà... không giàu nhưng cũng không nghèo. Học xong đại học lại có việc làm ngay. Cô em thì hồi chưa ra trường đã có hãng mời nhưng chỉ đi làm đúng một năm là cô ta ở nhà sinh thêm một trự nên tạm thời ở nhà nuôi dạy con hai năm. Nói chung bốn cái chân bàn nhà anh chắc nịch, không cần chêm cũng không rục rịch.

Điều mà anh Tư không ngờ, cuộc đời có bao giờ bằng phẳng như anh nghĩ đâu. Bốn chân bàn bằng nhau nhưng cái nền nhà thì có chỗ cao chỗ thấp. Vậy là có chuyện. Sau một vài trận cãi vã chuyện này chuyện nọ không đáng vào đâu, anh chị quyết định ly thân nhau để... tuổi già sắp đến bớt phần căng thẳng, giảm cơn đau tim hay đột quỵ. Nghĩ là làm. Nhân nhà hàng xóm trong tòa nhà anh đang ở dọn đi, anh hỏi ngay chủ nhà thuê căn hộ kế bên và dọn ra ở riêng. Mới đầu cũng có chút... cô đơn nhưng gần năm rồi thấy cũng quen. Anh tâm sự, dọn ra căn hộ kế bên có tiện lợi là, khi hai con và cháu ngoại đến thăm chúng có thể chạy qua lại thăm cả hai người. Chuyện gây gỗ nhau là chuyện của anh chị chứ đâu liên hệ gì với vợ chồng hai đứa con và cháu.

Xem như cũng ổn - nhưng đâu có an được.

Ở gần nhau cũng có những điểm lợi. Chị không lái xe được nên khi cần mua hàng hóa gì nặng thì cũng nhờ anh chở giúp. Vả lại xe là của chung, mua từ hồi còn gió hòa mưa thuận. Thì cũng chỉ thỉnh thoảng thôi, một bao gạo, mấy két nước suối... hay vật gì cồng kềnh. Ngược lại lúc chị nấu nồi phở, nồi bún thì thêm chút nước... rồi để nguội múc ra mấy hộp nhỏ đặt trước cửa căn hộ của anh. Anh về nhìn thấy là hiểu ngay. Cuộc sống hàng xóm láng giềng tạm êm đềm như thế được gần hai năm rồi.

Đã nói, bốn chân bàn cần phải cân đối như đất trời có bốn mùa xuân hạ thu đông. Vậy mà đất trời cũng chẳng cân đối. Năm nay mùa hè thật đẹp, mùa thu thật xinh mà sao đến Noel mùa đông vẫn không chịu đến. Anh Tư quên chuyện trái đất đang bị hâm nóng nên cứ cằn nhằn mãi. Anh chỉ suy bụng ta ra bụng người. Anh chị sống mấy chục năm chung với nhau, từng cùng nhau nhịn đói nhịn khát trên chiếc thuyền nhỏ vượt biên ngày nào. Rồi tiếp theo bao nhiêu nỗi cực khổ nhọc nhằn trên đảo... cho đến ngày chân ướt chân ráo lập nghiệp trên xứ người mấy mươi năm nay. Đã vững như thế mà mấy chân bàn ấy còn rung rinh. Đời mà, ai biết trước được chữ ngờ.

Nhưng anh không ngờ thật. Đầu tháng giêng trời đổ tuyết tràn ngập. Phải chi tuyết đổ sớm hơn thì mọi người sẽ vui mùa nghỉ Giáng sinh với một White Christmas. Khu anh ở thuộc miền bắc Đức chưa đến nỗi nào nhưng khu vực miền nam bị báo động. Có những vùng đã bị tuyết phong tỏa hoàn toàn, không ra vào được. Những cơ quan từ thiện đã huy động toàn lực mà vẫn không xuể, chính phủ phải huy động quân đội phụ giúp dọn đường di chuyển thực phẩm cho dân chúng. Họ cũng phụ dọn tuyết trên các mái nhà vì sợ tuyết chất chồng dày quá trên nóc nhà, có nơi đã cao cả hai thước, nhà sẽ bị sụp vì sức nặng quá tải. Tuy vùng anh chị sinh sống không bị nặng nhưng mỗi ngày đi làm anh phải tốn 10, 15 phút cạo tuyết bám chặt qua đêm trên tấm kính phía trước. Cũng may anh không phải đi làm sớm như người ta nên khi nắng lên thì tuyết đã tan bớt một phần rồi.

Nhưng hôm nay thì khác. Hôm nay anh Tư và chị Ba (từ sau khi ly thân nhau thì chị không còn là chị Tư mà chị xưng là chị Ba như thứ tự trong nhà chị trước khi chị lấy chồng) có hẹn của Tòa để xử chuyện ly dị. Chuyện gọi ba hay tư này cũng từng làm anh chướng tai không ít. Thật ra chuyện ly dị của hai anh chị cũng không khó gì mấy, vì họ cũng không có tài sản gì nhiều nên cũng không tranh chấp gì lắm. Giai đoạn cãi cọ, căng thẳng thì cũng đã qua. Hẹn đến tòa cũng chỉ làm cái việc hành chánh cho xong. Mặc dầu anh chị cũng đã xin Tòa dời lịch hẹn mấy lần rồi, khi thì vì lý do anh bị bệnh, khi thì chị phải về Việt Nam có việc gia đình. Lần này có thể là lần chót.

Bởi vậy, khi phải đứng trước quyết định tối hậu, bút sa gà chết thì cả anh chị cũng... thao thức lắm. Suốt đêm qua chị không hề chợp mắt được một phút. Liếc mắt nhìn sang "nhà hàng xóm" thì đèn vẫn sáng hoài và nghe tiếng truyền hình vẫn nói oang oang (nói cho lấp bớt khoảng trống đi). Giờ tòa hẹn là 8 giờ rưỡi, lái xe từ nhà thì cần chừng 45 phút nhưng anh quyết định 7 giờ rưỡi là khởi hành vì còn phải tìm chỗ đậu xe. Và anh Tư cũng bằng lòng cho chị Ba hàng xóm đi quá giang. Cho chắc ăn vì tính bả hay đi trễ giờ lắm - Anh giải thích vậy. Nói vậy mà mới 7 giờ là anh đã ra xe vì phải lo cạo tuyết trên kính xe trước. Đêm qua tuyết lại đổ nhiều quá. Sáng sớm trời còn rất lạnh.

Anh dùng cây cào có chổi quét sơ đám tuyết mỏng ở mặt trên rồi dùng miếng cạo tam giác cạo sâu vào lớp đá đã đóng cứng bám chặt vào mặt kiếng. Bàn tay anh bắt đầu lạnh buốt, không còn cảm giác. Cứ chừng vài phút anh phải dừng lại xoa hai bàn tay vào nhau, phải nhờ hơi ấm trong miệng thổi vào cho nó ấm lại chút rồi cạo tiếp. Chị nhìn qua cửa sổ theo dõi thấy anh làm vậy nên cũng đi ra phụ sức anh để mong mau chóng đi cho khỏi trễ giờ. Rồi chị Ba góc này, anh Tư góc kia hai người yên lặng chăm chú vào công việc của mình.

Bỗng dưng chị lên tiếng:

- Lạnh muốn cóng tay. Tưởng như ngón út muốn rụng mất đi rồi.

- Tôi tưởng bà chì không biết lạnh. Tôi đã sắp rụng cả mười ngón rồi đấy.

- Nhớ năm ngoái trong cốp xe có đôi bao tay sao anh không chịu mang vào để đỡ hơn không.

- Bà nói hay. Bao tay nằm cả năm nay trong xe. Xe đậu suốt đêm ngoài trời mười mấy độ âm. Nói nghe hay dữ ta!

- Thì sao?

- Nó còn lạnh gấp mấy mươi lần bàn tay mình nữa.

- Anh thử mang nó vào xem sao. Hay anh lấy đưa đây, tôi mang vào xe mở máy sưởi ấm nó vài phút trước đã.

- !!!

- Thôi, ... phải ngồi vào xe đã, lạnh quá rồi. Hôm nay mặc không đủ ấm nên cóng cả người rồi. Anh đi lấy đôi bao tay đi.

Nói xong chị mở cửa xe rồi ngồi vào (xe của chung mà). Anh lẳng lặng mở cốp xe lấy đôi bao tay bên góc ra. Nhưng thay vì nhờ chị hơ cho ấm anh cứ mang đại vào và tiếp tục cạo tuyết. Đâu cần!

Sau khi đeo đôi bao tay vào anh bất ngờ khám phá ra một chân lý.

Chỉ chưa đầy một phút sau, tay của anh đã sưởi ấm cho bao tay và bao tay đã ấm hơn, rồi chính nó lại sưởi ấm lại cho đôi tay của anh. Nhờ vậy, anh chỉ cần thêm vài phút nữa là anh đã làm sạch sẽ tấm kiếng trước, rồi cả kiếng sau của xe. Bây giờ tay anh đã ấm nên mạnh dạn cạo tuyết rất nhanh.

Anh ngồi vào xe cầm tay lái với cả đôi bao tay (đôi bao tay mà mấy năm trước chị đã mua tặng anh làm quà sinh nhật).

Xe chạy chừng mấy phút, máy sưởi của xe thổi mạnh đã làm ấm áp anh mới bắt đầu nói với chị.

- Em biết sao không? Anh đang khám phá ra một điều rất hay. Cũng nhờ em nhắc đến đôi bao tay nằm yên lặng trong cốp xe cả mấy năm nay. Đôi bao tay mới đầu lạnh ngắt, lạnh còn hơn đá. Tuy tay anh cũng lạnh nhưng đỡ hơn. Anh mang bao tay vào vì không còn cách nào khác. Nào ngờ, mới đầu anh sưởi ấm cho bao tay để nó "sống" lại, và chỉ một phút sau anh cảm nhận bao tay trả hơi ấm lại cho anh. Anh và bao tay đã hỗ trợ cho nhau để cùng hoàn thành chuyện cạo sạch tấm kiếng xe.

- Dạ, hèn chi thấy anh dọn thật nhanh và gọn nhẹ.

- Mới đầu, không xài nó, nghĩa là không hợp tác chung thì cả bao tay và hai tay anh đều lạnh. Cùng dựa vào nhau thì cả hai cùng ấm áp.

- Da... ạ

- !!!

Anh ngập ngừng như muốn nói gì thêm, nhưng ấp úng chưa mở lời được. Thì tiếng chị nói lời nhỏ nhẹ hơn nhưng nghe rõ mồn một.

- Thì cũng như anh và em vậy hả?

- Em nói sao? Có phải, nếu... hai đứa mình dựa vào nhau, nương tựa nhau như hồi xưa thì chắc đời sẽ ấm áp hơn chứ. Sao mà... cứ làm mặt lạnh cả năm nay.

- Em cũng nghĩ vậy, nhưng chưa dám nói ra.

- Nghĩ sao? Nói sao?

- Nghĩ tại sao mình không bỏ chấp bớt để nương tựa vào nhau thì sẽ ấm áp hơn, phải không? Rồi bao tay hay bàn tay đều ấm cả, khi nó biết sưởi ấm cho nhau. Hôm cuối tuần em đi chùa, Thầy có kể cho em nghe một câu chuyện hay lắm.

- Chuyện gì?

- Để chiều nay về nhà em sẽ kể cho nghe. Bây giờ lo tập trung lái xe đi.

-!?

Không biết phiên tòa hôm đó diễn tiến chi tiết ra sao và Tòa xử như thế nào, mà sau đó người ta thấy căn hộ của anh đã trả lại cho chủ nhà, dù anh phải trả thêm ba tháng tiền không có người ở. Và chị Ba nói với mọi người: Bắt đầu từ bây giờ xin gọi tôi thứ Tư như hồi xưa nhé.

2.

Có một ngôi chùa nọ, rất nghèo ở miền ven núi rất xa. Chùa chỉ có một Thầy một trò. Hôm nọ Thầy bận lo dọn dẹp trên chánh điện, sư chú thì cứ phải chạy qua chạy lại, từ nhà kho đến nhà bếp để lấy cái này, tìm vật nọ cho mấy bà mấy cô công quả đang phụ chùa nấu nướng chuẩn bị Tết. Sư chú nghe mấy cô nói với nhau rằng (chú nghe tiếng được tiếng mất) lâu nay thấy Phật Tử ít đến chùa hơn nên mấy cô làm cực quá.

Tối đến, khi bổn đạo đã về hết chỉ còn một thầy một trò, Sư chú mới hỏi Sư phụ:

- Bạch Thầy, con nghe mấy đạo hữu làm công quả hồi chiều nói với nhau rằng, chùa mình chỉ lo tu niệm, không lo săn đón khách thập phương như những chùa khác nên càng ngày người ta càng ít tới là vậy.

- !!!

- Mấy cô đó nói có lý lắm. Lễ lộc mà chỉ có vài người đến phụ chùa mình thôi. Không khéo có ngày chỉ còn hai thầy trò mình thôi đó.

Sau một hồi yên lặng, sư phụ mới từ tốn trả lời cho đệ tử:

- Tối hôm qua lúc đi ngủ con nói gì với Thầy con còn nhớ không?

- Dạ nhớ, con chỉ nói là cái giường và chăn lạnh quá.

- Rồi con chui vô chăn nằm một hồi con thấy ấm áp phải không?

- Dạ.

- Vậy con sưởi ấm cho chăn nệm hay cái chăn nệm sưởi ấm cho con?

- Dạ mới đầu thì con sưởi ấm cho nó nhưng sau đó thì nó sưởi ấm cho con.

- Gần đúng, con giỏi lắm. Nhưng đúng ra thì con và nó cùng sưởi ấm cho nhau. Cuối cùng con ấm mà nó cũng ấm. Đúng chưa?

- Dạ.

-Thì mình với bổn đạo cũng vậy đó. Hơi ấm của mình là giáo pháp thì mình lo hướng dẫn họ chuyên tu tập giáo pháp. Bổn đạo đến tu tập và cúng dường hay phụ việc chùa cũng là cách sưởi ấm cho mái chùa. Mà mái chùa cũng sưởi ấm cho họ.

- Dạ... giờ con mới hiểu.

- Còn nếu đêm qua con không chịu khó chui vô mền ngay vì chê mền lạnh thì cuối cùng chăn nệm sẽ cứ lạnh mãi mà con cũng lạnh.

- Dạ.

-Mình và chư bổn đạo, cuối cùng là những khách đáp một chuyến xe đi vào cõi an lạc. Xe đủ rộng, đủ chỗ, miễn là cùng đi...

Đó là câu chuyện thiền rất ngắn mà chị Tư tháng trước đi chùa nghe Thầy kể trong bài giảng.

3.

Rồi qua tháng hai, tiết trời cũng vẫn còn mùa đông. Nghĩa là ở miền Bắc Đức nơi anh chị Tư ở vẫn còn tuyết lạnh. Đến hết tháng tư thì xuân mới đến. Anh chị Tư đã đề huề vui vẻ, con cháu cũng vui theo. Anh Tư lại nói: Tụi tui vui với nhau nên trời cũng vậy đó. Mùa đông thì phải ra mùa đông chứ. Bốn mùa như cái bàn bốn chân vậy mà, có thế mới đứng ngay ngắn, nghiêm chỉnh được.

Hôm nay là đúng ba mươi Tết, tháng hai dương lịch là tháng Tết của mình. Từ buổi chiều vợ chồng anh Tư đã lo cúng rước ông bà để đi chùa đón giao thừa. Bà con Phật tử gặp lại ai cũng mừng cho anh chị. Hơn hai năm nay, đây là lần đầu tiên anh và chị lại cùng sánh vai nhau lên chánh điện lễ Phật, rồi cùng ra phía sau lạy Tổ và lạy ông bà. Anh chị cứ liếc nhau như ngày mới biết yêu thuở nào.

Tan lễ, sau khi hái lộc xuân, chúc Tết đạo hữu, bạn bè... anh chị chia tay bà con ra về. Đã khuya, trời đang mưa tuyết. Thì mùa đông mà! Nhưng cả anh và chị không hề than phiền như mấy người khác. Anh chị đi thẳng ra xe và cùng lo dọn tuyết bám trên kính xe. Tháng trước chị đã chuẩn bị cho mỗi người ai cũng có một cặp bao tay nằm sẵn trong xe rồi. Hôm nay trời hơi gió nên anh Tư lo dọn tuyết kính phía trước còn chị nép phía sau xe tránh gió và nhân tiện dọn kính hậu. Do hôm nay là ngày Tết Việt Nam mình, chị xí xọn bận áo dài để đón Giao Thừa. Phía trước xe gió tạt mạnh nên lạnh hơn.

Tuyết vẫn đổ. Anh liếc nhìn chị co ro bỗng nổi máu văn nghệ cất lên câu hò (theo ca dao):

Hò ơ,
Trời mưa ướt bụi ướt bờ,
Ướt cây ướt lá, ai ngờ ướt em!

Phía đằng sau xe, giữa tiếng cào xe rột rạc nghe giọng hò đáp lại hơi run nhưng vẫn còn ngọt như đường phèn:

Hò ơ ơ ơ,
Trời mưa ướt lá trầu vàng
Ướt em (thì) em chịu
(chớ) ướt chàng, ướt chàng em ... t h ư ơ n g !

Anh vừa cạo tuyết, từng hạt tuyết bay tới tấp lên mặt nghe lạnh ngắt nhưng anh nhận ra có mấy hạt ấm ấm vừa từ trong khóe mắt lăn ra./.

Hẻm Trung Trực

Truyện ngắn

"Khi một cánh cửa hạnh phúc đóng lại, một cánh cửa khác sẽ mở ra; nhưng thường thì chúng ta nhìn lâu quá vào cánh cửa đã đóng mà không thấy cánh cửa đã mở ra cho mình."

Helen Keller [1]

Ở cuối con đường Nguyễn Trung Trực - con đường quanh co như một vết gạch nguệch ngoạc trên tờ giấy nhàu úa, giữa lòng thành phố cao nguyên - có một con hẻm nhỏ, hẹp đến mức hai chiếc xe máy tránh nhau cũng phải nhích sát vào tường. Những người sống lâu năm ở đó gọi hẻm ấy là hẻm Trung Trực.

Đó là một cái hẻm già, già như tiếng xe cà tàng của ông Năm Tẩu sáng nào cũng lạch cạch chạy ngang; như đôi dép xỏ ngón, lẹp bẹp vì mòn gần hết gót của chú Tám Le mỗi lần bưng thau nước tưới cây. Những bức tường loang lổ vết rêu, mái tôn lượn sóng bám bụi đỏ, và dây điện chằng chịt - tất cả như biểu tượng cái cá tính con hẻm ấy.

[1] Helen Keller sinh ngày 27 tháng 6 năm 1880, tại Alabama, Hoa Kỳ, và trở nên nổi tiếng là nhà hoạt động xã hội, người vận động, và giáo dục, mặc dù cô mất đi thị giác và khả năng nghe từ rất nhỏ do một căn bệnh. Keller là người đầu tiên khiếm thị và câm điếc tốt nghiệp đại học. Cô đã dành cả cuộc đời mình tạo nguồn cảm hứng cho nhiều người trên toàn thế giới thông qua quyển tự truyện "The Story of My Life" và các hoạt động báo chí và xã hội.

Cuối hẻm là nhà chú Hai Ca - một ngôi nhà gỗ nhỏ nằm sau bức tường rêu xanh, có chiếc cửa gài then sắt và một giàn hoa giấy tím trĩu bông. Chú Hai từng là lính Cộng Hòa, một thời đội nón sắt, mang ba lô đi đi về về. Sau 75 ở nhà đi làm phụ hồ nuôi gia đình. Ông ít nói, mắt sâu, vai gầy, luôn tử tế với hàng xóm và có những thói quen cũ như dán vào người: kiệm lời nhưng cố chấp, không hề lê la tán dóc bên những bàn rượu. Trong nhà có ba đứa con trai - đứa lớn gọi là Tí Anh, để phân biệt với Tí Em, và Tí Út. Nghe kể, má Tí từng mong có một đứa con gái, nhưng trời chỉ gửi toàn trai.

Phía đối diện nhà chú Hai, cách chừng vài trăm thước ngay chỗ hẻm rẽ vào tiệm thuốc tây, là quán cà phê của dì Ba Trung. Một cái hiên nhỏ, vài cái ghế gỗ thấp, có cà phê vợt túi vải nhưng cũng có cà phê phin sẫm màu, một bếp than hồng lúc nào cũng sẵn ấm nước sôi và mùi xôi thơm phức buổi sớm. Dì Ba là người miền Trung, giọng nói trọ trẹ nghe đâu từ miền xa Bình Trị Thiên nào đó, nghe lúc đầu lạ lẫm, về sau thành thân thương, như chim hót. Không ai biết tên thật của dì. Ai cũng gọi là dì Ba Trung, do cái giọng nói, và chắc cũng do dáng người thon thon mảnh khảnh. Dì có hai cô con gái cũng mảnh khảnh như hai hạt thóc nảy mầm trong lòng đất cằn.

Người ta vẫn nói, hẻm Trung Trực bình yên như chiếc chiếu trải sẵn, mỗi sáng sương đọng như sữa, chiều lại rải ánh nắng vàng lên tường rêu - thật bình yên. Ai cũng có thể ngồi vào chiếc chiếu ấy để hàn huyên, không ai tranh giành với ai.

Nhưng cũng chính trong cái hẻm tưởng như không có gì biến động ấy, có một câu chuyện âm thầm lớn dậy - từ tiếng cười của trẻ con chơi u mọi đến giọt nước mắt của hai người trẻ phải chọn cách yêu ngoài số phận.

***

Nhớ lại ngày đó, Tí Anh mới lên sáu, tóc rối như tổ quạ, trán lấm tấm mồ hôi nắng, chân luôn lấm lem bùn đất. Cậu thường ngồi chồm hổm bên vũng nước sau mưa, thọc tay bắt cá lia thia, hoặc leo lên cây trứng cá đầu hẻm chờ chú Tám Le chia trái. Với cậu, thế giới chỉ rộng bằng khúc đường từ nhà đến quán dì Ba Trung - nơi có mùi cà phê thơm ngậy và cái nhìn trìu mến của cô bạn hàng xóm tên Bé Hai.

Bé Hai là con gái lớn của dì Ba. So với Tí Anh, Bé Hai lúc nào cũng sạch sẽ, áo váy thẳng thớm, tóc cặp nơ đỏ. Cô bé ít nói nhưng hay cười, đôi mắt nâu lúc nào cũng như biết nói. Mỗi lần Tí bị má rầy, cậu thường trốn ra quán dì Ba ngồi bệt dưới gốc cây trứng cá. Bé Hai thỉnh thoảng lén dúi vào tay cậu một miếng xôi cháy giòn rụm, nói nhỏ: "Ăn đi, nóng đó." Rồi cả hai lại rón rén rúc vào một góc, vừa nhai vừa nghe mấy chú xe ôm đang ngồi nghỉ trưa, uống trà đá và kể chuyện ma.

Tuổi thơ trôi qua êm như cánh chuồn lượn dưới nắng. Cho đến một ngày, má Tí dắt cậu đến trường, với chiếc áo sơ mi trắng chưa kịp ủi phẳng và đôi dép nhựa còn mới thơm mùi nhựa. Cậu háo hức. Nhưng rồi, khi bước vào văn phòng, người ta hỏi họ tên đầy đủ, cậu chỉ lí nhí: "Tí Anh." Không giấy khai sinh. Không họ. Không ai dám nhận.

Má Tí lúng túng, lí nhí giải thích. Cô hiệu trưởng thở dài. Cậu bé cúi đầu, lặng lẽ quay về.

Đêm đó, cả nhà im lặng. Bóng đèn điện sáng tỏ chập chờn. Ngoài sân, tiếng côn trùng dậy lên như một bản nhạc buồn không nhịp. Ba Tí ngồi trên giường yên lặng nghe hết câu chuyện, mặt tối sầm. Rồi bỗng ông lấy từ ngăn tủ ra tờ giấy cũ, run tay viết tên con: Trần Văn Nghĩa. "Tên của người trước đây từng cứu mạng ba. Giữ lấy. Từ nay, con sẽ có tên này trong khai sinh như người ta." Ông đã nói với Tí như vậy. Hôm sau ông dắt Tí Anh ra Ủy ban làm giấy Khai sinh.

Từ ngày có tên ấy, Tí Anh - tức Nghĩa thay đổi lạ lắm. Cậu không chỉ có một chỗ ngồi trong lớp học, một bảng tên cài trước ngực áo trắng, mà còn có thêm một niềm tin thầm lặng, như thể mình đã bước qua một cánh cửa. Cậu học chăm, đọc nhanh, viết đẹp, và chẳng bao lâu sau đã trở thành đứa trẻ đầu tiên trong hẻm biết đọc, biết tra bảng kết quả xổ số mà không cần nhờ ai đọc hộ.

Tí Anh học hết tiểu học, rồi xin nghỉ. Cậu không mơ thành bác sĩ, kỹ sư - cậu chỉ mơ làm thợ điện, để nhanh chóng phụ cha mẹ nuôi hai đứa em. Mỗi ngày khi đi ngang tiệm điện Tiến Lực ở đường lớn ngay đầu hẻm, nhìn dãy đèn nhấp nháy đủ màu, lòng cậu sáng lên một khát vọng. Biết được ý con, chú thím Hai Ca cũng đồng ý. Tí Anh trở thành học viên nhỏ tuổi nhất của tiệm điện.

Từ đó Tí Anh bắt đầu những ngày mới: sáng học sửa điện, tối học bổ túc, về nhà lại cắm cúi đọc sách hướng dẫn lắp mạch. Dưới ánh đèn vàng leo lét ở nhà, cậu tỉ mẩn tháo tung chiếc quạt hỏng má nhặt về, rồi lắp lại như mới. Trong căn hẻm nhỏ ấy, có một cậu trai đang lớn lên, không ồn ào, không phi thường - chỉ là ngày càng giống ánh sáng điện: âm thầm và cần thiết.

Và chính khi ấy, tình yêu bắt đầu len lỏi - nhẹ như cơn gió thoảng qua các mái tôn cũ kỹ đầu mùa mưa...

Tí Anh bỗng nhận ra Bé Hai không còn là cô bé cột nơ đỏ ngày xưa nữa. Cô thiếu nữ ấy giờ cao hơn, mắt biết buồn, giọng nói cũng nhẹ đi và ánh nhìn cũng không còn bỡn cợt. Bé Hai thỉnh thoảng sang tiệm Tiến Lực khi Tí đi làm, mang theo ly cà phê đá, có khi là gói xôi nóng. "Uống đi kẻo đá tan," cô nói, ánh mắt lấp lánh. Anh thợ cả thấy vậy thì cười: "Có người chăm rồi, mai mốt phải học sửa điện, sửa quạt máy cho nhà vợ đó nghe." Tí Anh chỉ cười, không nói. Nhưng đêm đó, cậu không ngủ được. Trong đầu cứ lặp đi lặp lại câu nói ấy: "Nhà vợ... nhà vợ..."

Một chiều thu, hai người dạo quanh hồ. Tí Anh ngập ngừng thổ lộ. Bé Hai khẽ gật đầu. Chuyện tình của họ, tưởng đơn giản sơ sài mà hóa ra sâu sắc như rễ cây bám vào tường gạch. Người trong hẻm xuýt xoa và mừng cho hai trẻ. Dì Ba đùa: "Ngày xưa thằng Tí đến đây hay leo cây trứng cá trước nhà hái trái, giờ tới hái trái tim con gái tôi!"

Cả hai gia đình đều ủng hộ mối quan hệ này, ai cũng mong một ngày không xa, Tí Anh và Bé Hai sẽ chính thức trở thành người một nhà. Bà con chòm xóm trong hẻm Trung Trực cũng vui với họ. Chuyện tình của họ như một bản tình ca không lời, gắn bó tự nhiên như hơi thở, bắt đầu từ những ngày vô tư chơi đùa trong xóm nhỏ, trong tình chòm xóm láng giềng lúc tối đèn có nhau của những người lao động chất phác.

Cho đến một ngày kia, câu chuyện bắt đầu chuyển sang một chương mới - khi cha mẹ hai bên quyết định tính đến tương lai. Gia đình chú Hai Ca muốn tiến thêm một bước, liền mời gia đình dì Ba Trung sang dùng bữa cơm thân mật, nhân tiện bàn chuyện tương lai cho hai trẻ.

Bữa cơm thân mật hôm ấy, trên bàn ăn của hai gia đình họ Trần và họ Nguyễn, không khí đang ấm cúng vui vẻ chợt trở nên nặng nề khi cái tên ghép "Nghĩa-Trang" phát ra, như nhát dao đâm mạnh vào lòng người lớn. Mọi thứ như đóng băng. Không ai nói gì, mọi người chỉ biết nhìn nhau. Ai nấy đều tái mặt lặng đi... Những đôi đũa mới vừa di động qua lại trên các dĩa thức ăn bỗng nhiên gác nằm yên trên vành chén.

Sự trùng hợp trớ trêu đó khiến họ lo sợ rằng nó có thể mang lại xui xẻo, oan gia nghiệp chướng cho hai đứa trẻ. Tên đôi, tưởng đẹp, lại gợi hình ảnh... mộ phần. Một trùng hợp ngẫu nhiên nhưng không ai dám xem thường. Trước đây họ không hề nghĩ đến cái tên ghép oan nghiệt đó, họ chỉ gọi chúng bằng những tên đơn giản hằng ngày vẫn gọi.

Không ai nói ra, nhưng ai cũng hiểu. Mắt Nghĩa cụp xuống. Trang siết chặt tay, môi mím giữ dòng nước mắt chực trào ra.

Tối lại chú Hai Ca trằn trọc suốt đêm. Đối với ông, cái tên "Nghĩa" là di vật sống từ chiến trường - món nợ máu thịt với người đồng đội đã nằm xuống. Ông không thể, và sẽ không thể... đổi tên con. Tí Anh là anh cả và là đứa đầu tiên có giấy khai sinh. Cái tên ông đặt cho nó lại là một lời tri ân, là nén nhang thầm lặng cho một người bạn đã hy sinh để ông còn sống trở về trong thời quân ngũ.

Còn dì Ba Trung, quá khứ của bà cũng không dễ gì phủi tay bỏ. Dì từng gói ghém hết giấy tờ khai sinh của hai đứa con, nhét vào giỏ xách trong đêm trốn khỏi nhà chồng - nơi có một người đàn ông nghiện ngập, vũ phu, và một gia đình anh chị em nhà chồng thích gây sự. Dì mang theo hai con và tất cả hy vọng còn sót lại, bắt đầu cuộc sống mới giữa miền cao nguyên lạnh lẽo và xa lạ, nơi mà tên gọi của các con chính là những điều duy nhất còn nguyên vẹn từ quá khứ, là hiện thân của hy vọng, của một khởi đầu mới nơi đất khách xa lạ không một người thân nương tựa.

Mấy người rỗi việc ngồi quán cà phê đầu hẻm bắt đầu xì xào bàn tán với những lời đồn đại. Họ bảo hẻm xưa từng là nghĩa trang, những mộ phần tuy đã dời đi, nhưng còn có những vong hồn vẫn ở lại, lãng vãng đâu đây. Và rồi, mỗi khi có cơn gió thổi qua, khóm lá cây xào xạc, người ta lại rỉ tai nhau rằng, hình như có âm linh ẩn nấp đâu đây, nhắc về một mối tình oan trái. Họ gán ghép chuyện tình của Tí Anh và Bé Hai với những điều bí ẩn, biến tình yêu của họ thành huyền thoại buồn giữa lòng con hẻm nhỏ.

Tình yêu của họ, từ đó, không còn là chuyện của hai người...

Tí Anh trở nên trầm lặng, tránh những buổi tụ họp trong xóm, tránh gặp mặt mọi người. Cậu làm việc nhiều hơn, và thường ra đường lớn đứng nhìn dòng người qua lại. Còn Trang, có lúc cô đến phụ mẹ dọn dẹp tiệm, rồi chỉ ngồi thừ người lặng yên. Trên môi nàng vắng hẳn những nụ cười thường thấy trước đây. Hai người không giận nhau mà lại không hẹn gặp nhau. Bất lực! Vô phương! Cái tên của họ - những mẫu tự vô tội - giờ như bức tường ngăn mỏng manh nhưng không thể vượt.

Để tránh cảm giác cô đơn giữa con hẻm vắng và những câu hỏi không tên, Tí Anh chọn cách chạy xe ôm sau giờ làm. Công việc ấy không chỉ giúp anh kiếm thêm chút tiền đỡ đần gia đình, mà còn giúp anh khuây khỏa khi được trò chuyện với khách lạ, những mảnh đời khác nhau, những câu chuyện vặt vãnh cũng đủ khiến lòng anh tạm nguôi. Và hơn hết, nó giúp anh tránh khỏi những khoảng lặng đau lòng cứ âm thầm gặm nhấm trái tim mình.

Một hôm, khi chở khách xe ôm từ bến xe về khách sạn, Nghĩa gặp một ông Việt kiều tuổi trung niên. Ông kể chuyện sang Mỹ mấy chục năm, trước tên là Tôn nhưng sau đổi thành Tom để khai giấy tờ nhập quốc tịch, vì ở xứ ấy người ta muốn biết khi đọc tên thì nhận ra ngay là nam hay nữ. “Tên chỉ là cái có để gọi, cháu trai ơi! Sống sao cho tử tế mới là thực chất ý nghĩa tên thật của mình.”

Câu nói ấy theo Nghĩa suốt đêm. Đêm ấy, lần đầu tiên, Nghĩa nghĩ đến việc đi ra ngoại quốc như ông Tôn. Nghĩa hẹn gặp Trang ở đầu hẻm, nơi từng chơi u mọi, đánh đáo - giờ hai đứa đứng lặng như hai cái bóng.

Chiều hôm đó, Nghĩa hẹn gặp Trang dưới gốc trứng cá, nơi từng chia trái lúc còn con nít.

- Mình phải rời khỏi đây, Trang à. Ở đây... yêu nhau cũng không được phép gọi nhau bằng tên.

Trang im lặng, cúi mặt nhìn đôi dép lê lấm đất dưới chân mình. Hồi lâu cô mới nhìn mặt Nghĩa và nói:

- Em không muốn bỏ má. Bỏ cái hẻm này. Nhưng nếu ở lại mà mỗi lần ai gọi tên hai đứa, má lại quay đi... thì thà... đi.

Cô nói xong, mắt đỏ hoe, môi mím chặt. Gió lùa qua, làm mớ tóc xõa bay lòa xòa.

- Nếu không đi, mình sẽ sống cả đời trong cái tên này. Và rồi một ngày nào đó, mình sẽ hối hận... vì không dám yêu đến cùng, phải xa nhau.

- Còn nếu đi, mà chẳng bao giờ cập bến?

- Thì ít ra mình cũng đã đi... cùng nhau.

Trang nhìn Nghĩa, chậm rãi gật đầu. Nghĩa nắm tay cô. Tay hai người ban đầu lạnh ngắt, nhưng dần dần từ lòng bàn tay, một hơi ấm bắt đầu lan ra.

Vài tháng sau, cơ hội đến: một gia đình chuẩn bị tổ chức vượt biên cần người biết cơ khí. Nghĩa nhận lời. Cậu học cấp tốc về máy tàu, ngày làm đêm học, trong lòng chỉ có một ý nghĩ: phải đưa Trang đi khỏi nơi mà số phận bị đóng khung bằng những hủ tục không thể bước qua.

Đêm họ rời hẻm, dì Ba không khóc. Chỉ dúi vào tay con

gái một xấp giấy: "Đây là những lời dặn của má và ảnh gia đình, là những gì mẹ mang đi từ quê hương của mình. Có thể con cần nó, cũng có thể không. Nhưng... con hãy giữ nó để lúc buồn chán thì mở ra xem, để... nhớ về nơi chôn nhau cắt rốn."

Dưới bóng đèn vàng ố của đầu hẻm Trung Trực, hai cái bóng bước đi. Không ngoái đầu. Không ai nói gì. Chỉ tiếng dép chạm đất khe khẽ, như một nhịp trống buồn, tiễn đưa hai kẻ mang trái tim lớn hơn số phận.

Chuyến đi vượt biên không dễ dàng, nhưng cũng không đầy bi kịch như những câu chuyện kể lại. Chiếc tàu đánh cá mà họ trốn trên đó bị trôi dạt ba ngày giữa biển, trước khi được một con tàu của tổ chức cứu trợ Đức phát hiện và cứu sống - con tàu Cap Anamur. May mắn hơn nữa, đây là chuyến cuối của con tàu nên họ và những người khác được đưa về thẳng hải cảng Hamburg ở châu Âu. Những người trên tàu - đủ mọi lứa tuổi - sau đó được chuyển đến một trại tỵ nạn ở miền Bắc nước Đức.

Một ngày nọ, hai người được gọi tên - lần đầu tiên không phải là Nghĩa và Trang, mà bằng họ Nguyễn, họ Trần và số trại của họ. Một gia đình người Đức đã nhận họ làm "con đỡ đầu". Bà vợ là y tá, ông chồng là giáo viên nghỉ hưu, sống trong một ngôi làng nhỏ gần đó. Cặp vợ chồng ấy không có con, và khi biết được phần nào câu chuyện của hai người trẻ đến từ Việt Nam, họ quyết định giúp.

Hôm ấy, một buổi tối mùa đông, khi tuyết phủ trắng vườn, họ ngồi quanh bàn ăn. Bà đỡ đầu hỏi: "Nếu các cháu muốn bắt đầu lại, muốn sống nếp sống như người bản xứ, các cháu nên nghĩ đến việc đổi tên không? Chỉ đổi tên thôi để không bị dằn vặt bởi quá khứ đau buồn, còn họ Nguyễn và Trần thì vẫn giữ như cũ."

Nghĩa và Trang nhìn nhau. Cái nhìn không cần nói ra nữa. Cậu gật đầu. Trang cũng gật đầu theo.

Vài tuần sau, giấy tờ làm lại. Trong những tên vợ chồng ông bà đỡ đầu đề nghị, cậu chọn cậu là Neo - nghĩa là mới. Và cô chọn Traute - có nghĩa là mạnh mẽ, là người được yêu thương. Nghĩa giải thích, chọn tên Neo vì có chữ "N" của Nghĩa và Traute có các chữ "Tr" của chữ Trang.

Neo bắt đầu học việc tại một xưởng sửa điện tử lớn ở Bắc Đức. Traute làm việc ngay trong nhà dưỡng lão ở làng. Họ học tiếng Đức vào buổi tối, đi chợ vào sáng sớm. Mọi thứ đều lạ lẫm, nhưng không đáng sợ. Cái đáng sợ nhất - chính là sống dưới một cái tên khiến người ta không dám yêu - thì giờ đây, tất cả đã bỏ lùi lại phía sau.

Trong căn phòng nhỏ ấm áp, có một chậu trồng cây mận mua ở chợ châu Á, Neo cẩn thận đặt trên bàn khung ảnh nhỏ. Trong ảnh, một con hẻm cũ có tên Trung Trực, hoa giấy tím phủ lên mái tôn, và một đôi dép nhựa đặt song song trước bậc thềm. Ký ức ấy, không đổi. Chỉ có tên là thay.

***

Một năm sau, vào một ngày đầu hạ, lễ cưới của Neo và Traute được tổ chức tại ngôi làng nơi họ sinh sống. Đám cưới đơn sơ mà ấm áp. Một nửa khách mời là người Việt trong cộng đồng nhỏ, một nửa là hàng xóm Đức đến chung vui. Neo mặc áo vest xanh sẫm. Traute mặc váy trắng giản dị, tay cầm một bó hoa màu hồng tươi. Họ trao nhau nhẫn cưới dưới mái vòm phủ hoa, và khi hôn nhau, trời rơi một trận mưa nhỏ nhẹ như tơ. Mưa của mùa xuân về muộn.

Trong tiệc cưới, một người hỏi đùa: "Hai bạn có định đặt tên con là gì chưa?"

Neo đáp, mắt nhìn sang vợ: "Tên gì cũng được - miễn đừng để chúng phải đổi tên để được quyền yêu như ba mẹ nó."

Rồi mỗi mùa Tết, họ gửi thiệp xuân về hẻm Trung Trực. Người đưa thư đã lúng túng khi nhìn tấm thiệp không ghi địa chỉ mà chỉ ghi "Cà phê cô Ba Trung, đầu hẻm Trung Trực". Tấm thiệp có những hàng cây tuyết phủ hay hình ông già Noel, luôn có vài dòng viết tay: "Con nhớ các cô chú, các em... Chúng con sống hạnh phúc và an vui. Đèn vẫn sáng. Và chúng con hạnh phúc bên nhau..."

Không ai trong hẻm nhắc đến chuyện cái tên ấy nữa. Cũng không còn ai tin rằng cái tên có thể quyết định được vận mệnh của một đời người. Họ chỉ nhớ rằng, có một thằng nhỏ ngày xưa trèo cây trứng cá giành trái với tụi con nít, giờ đã đi xa - và sống một cuộc đời của chính mình - cùng cô bé là người bạn thiếu thời trong con hẻm nhỏ.

Con hẻm có tên là hẻm Trung Trực./.

Cầu Chìm

Truyện ngắn

Tặng bạn LMA và TT

Chiếc cầu ấy, người dân trong vùng vẫn gọi tên là Cầu Chìm. Lúc thủy triều dâng cao, nó làm như đang chơi trò trốn kiếm: lặn xuống ẩn dưới lớp nước nâu giống những con cá Ngạnh trốn sâu vào bãi. Từ đầu này nhìn sang đầu kia, chỉ thấy nước đục ngầu hối hả đẩy nhau về phía hạ lưu. Những cọc gỗ đen sẫm lấp ló như ngón tay thò lên nhắc người qua đường rằng: "Mình vẫn còn ở đây, chỉ là đang trốn đó thôi."

Muốn sang bên kia sông, người đi phải dò dẫm bằng gan bàn chân, nhớ lấy đường nối các tấm lót nền cầu, bước theo trí nhớ và lòng can đảm của chính mình. Dân sống ở đây có cách qua cầu an toàn riêng: họ nắm lấy tay nhau tạo nên một sợi dây người. Chỉ cần một kẻ hụt chân, cả dây sẽ rung khẽ, rồi lập tức có bàn tay khác kéo lại.

Cầu Chìm do vậy vừa là nỗi lo, vừa là thói quen, lại vừa là kỷ niệm. Nó được đẽo bằng những mùa mưa, đóng đinh bằng cái nắm tay chặt, mài nhẵn bởi gót chân học trò và tiếng rao của cô Tư bán nước chè tươi và hàng xôi sáng ở đầu cầu.

Bao lớp người đã đi qua, bao mối tình đã bập bềnh như bèo trôi, bao cuộc tiễn đưa dừng lại ở giữa nhịp cầu để nhìn xuống nước mà nuốt nước mắt. Trong đám học trò mỗi ngày vượt sông để đi đến trường trung học quận lỵ ngày ấy có hai đứa trẻ có tên nghe vừa thanh vừa quê: Lành và Thức.

Cha của Lành làm ruộng, quanh năm tay lấm chân bùn. Tóc Lành suôn mượt thường buộc cao, đôi má lúc nào cũng ửng hồng như bị nắng đánh dấu. Ước mơ của cô giản dị: được vào học trường sư phạm, làm cô giáo làng, mỗi sớm mặc áo dài trắng bước vào lớp, gieo từng chữ vào tâm hồn lũ nhỏ để chúng biết yêu điều hay hơn là la hét, chửi thề, đánh lộn.

Thức trông vạm vỡ, là con trai của bác Cần, nhà thợ mộc duy nhất trong làng. Đôi tay của Thức tuy còn non tuổi mà đã chai sần do mỗi ngày sau giờ học phải phụ cha cưa, bào, đục... Thức rất mê chữ, cậu đọc bất cứ mảnh giấy nào có chữ lọt vào tay - từ sách cũ mượn của thầy đến tờ báo gói hàng ngoài tiệm tạp hóa. Cậu cảm thấy nhói lòng khi nhìn ruộng đồng cứ bị xé nhỏ sau mỗi lần chia gia tài, hay khi hoa màu tiêu tan sau mỗi cơn lũ. Ước mơ của Thức vượt cao hơn cả mái rạ của ngôi nhà nhỏ gia đình chàng đang trú mưa nắng: đi học xa, học cho thành tài, rồi mang kiến thức nông lâm trở về dựng lại đời sống quê nghèo.

Mỗi con nước thủy triều, khi Cầu Chìm bắt đầu "chìm", người ta vẫn chờ nhau rồi nối tay đi qua. Lành thường đi sau lưng Thức; ban đầu chỉ khẽ vịn tay áo. Rồi những hôm nước cao, gió quất, bàn tay nhỏ tìm lấy cổ tay cậu mà bấu, mười đầu ngón lạnh ngắt run run như bầy chim trú mưa.

Cái nắm tay khởi từ thói quen, nhưng lặng lẽ đổi nghĩa lúc nào chẳng rõ!

Một lần, Lành nói như đùa với Thức:

- Hồi nãy Lành suýt hụt chân, may nhờ có nắm tay Thức. Nếu không, chắc giờ trôi đến tận hạ lưu rồi.

Thức cười, quay lại:

- Lành mà trôi, thì Thức và cây cầu cũng trôi theo.

Không biết có phải đó là câu tỏ tình đầu tiên hay không, chỉ thấy từ đó cặp đôi này càng ngày càng thân thiết nhau hơn. Họ thường hẹn nhau ở đầu cầu để cùng đến trường, dù có hôm không có giờ học. Và cuộc sống cứ thế êm đềm trôi qua, họ lớn dần bên những con nước lên xuống. Không ai nói hẳn ra, nhưng mỗi khi qua cầu, tay vẫn tìm tay, không cần lấy cớ nước ngập nữa.

Một chiều nọ, Thức và Lành hẹn nhau ra giữa cầu. Nước sông ngả màu mật ong, bèo trôi chậm rãi như giữ lại lời ai bỏ quên. Thức nắm chặt tay Lành, cái nắm tay ban đầu vì sợ trôi, giờ hóa thành điều không muốn buông. Anh ấp a ấp úng:

- Hè đã đến! Hết hè... anh sẽ đi.

- Anh đi thật à? Lành hỏi, biết sẵn câu trả lời nhưng vẫn hy vọng một đổi thay.

- Đi, phải đi! Nếu không, anh sợ mình mãi sẽ lẩn quẩn quanh cái nghèo... Riết rồi sẽ quen mặt với nó. Anh... sẽ quay về, nhưng sẽ là một chàng Thức khác - biết làm hơn là chỉ mơ.

- Anh mơ gì? - Lành khẽ hỏi.

- Mơ những cánh đồng bát ngát, lúa chở bằng xe tải lớn chứ không phải xe bò cỏn con. Mơ một mái nhà xinh xinh...

Lành yên lặng nhìn đám bèo, cười rất nhẹ:

- Em sẽ không giữ chân anh. Nhưng... anh nhớ về nhé.

- Sẽ về!

Yên lặng hồi lâu, Lành mím chặt môi và nói khẽ:

- Người ta bảo, những lời hẹn thường mỏng như sợi tơ, nhẹ như cơn gió thoảng. Nhưng thôi... mình cứ thử tin.

- Mình hẹn. Thức nói nhanh, như sợ chậm thì lời sẽ rơi mất.

Họ nắm chặt tay nhau rất lâu - giống như đã đồng ý ký tên vào lời hẹn.

Vài tuần sau, Thức ra đi thật. Con đò để lại một đường nước rẽ sóng như mũi tên chỉ thẳng về phía trước. Đường nước rồi cũng tan. Lành đứng bên bờ, tay che nắng, thấy dòng sông đã rỗng đi một phần. Tiếp theo đó là những chuyến xe đò chở Thức vượt những dãy đồi, một chiếc máy bay chở anh vượt trời, như đưa chàng ra khỏi quỹ đạo cũ.

Ở xứ người, mùa đông lạnh lẽo kéo dài tưởng như vô tận. Thức phải đi học, đi làm. Lại học và làm. Anh lau nền nhà siêu thị, rửa chén đĩa thuê cho nhà hàng, phát báo... để kiếm thêm tiền, bên cạnh những giờ ngồi học trong thư viện. Anh học về đất, về nước, về những cánh đồng... - Học như thể mỗi chữ là một hạt giống anh sẽ mang về gieo lại.

Đêm xuống, anh mơ thấy mặt sông nâu quê nhà, thấy Cầu Chìm ngập nước, thấy bàn tay nhỏ run rẩy nắm lấy cổ tay mình. Tỉnh dậy, anh viết thư. Những lá thư anh gửi đi, sau mấy lần dập dấu bưu điện, mép giấy bạc màu, cuối cùng cũng đến tay Lành ở quê. Anh kể về những đồi cát trắng, về mái nhà giữ nước mưa, về cánh đồng khô cằn đã thấy lúa trổ. Lành đọc thư sau giờ chấm bài, mùi phấn còn vương trong tay áo. Cô đặt lá thư dưới gối, nằm nghe ếch kêu ngoài ao, gió lùa qua phên nứa - và biết ở nửa bên kia trái đất, cũng có một người đang nghe cùng một khúc nhạc đồng quê ấy, trong ký ức.

Có thư thất lạc, như con chim gặp bão. Những ngày ấy, Lành đứng thật lâu bên bến sông, nhìn bèo dạt mà tự hỏi: liệu những lời mình gởi có ghé qua một buổi chiều nơi ấy?

Cô không nhận bất cứ một lời tỏ tình nào khác, không vì lời hẹn trói buộc, mà vì trong lòng đã có một khoảng trống dành cho một người. Khoảng trống ấy giờ được tạm lấp bằng phấn trắng, tiếng gọi học trò, mùa gặt, bữa cơm rau vườn; nhưng ở giữa vẫn còn một chỗ thở, để nghe rõ tiếng nước.

Thời gian dạy cô kiên nhẫn như người ta thở sâu - không vội, không than vãn. Trong lớp, cô thường dạy lũ trẻ tập đọc câu thơ nghe như đồng dao:

Hữu duyên thì nước ngập,
Chảy mãi cũng về ta.
Có nợ thì trôi dạt,
Cuối bến lại về nhà.

Lũ nhỏ ngây ngô đọc lớn, chẳng biết rằng cô giáo đang kể về một đoạn đời của mình.

* * *

Rồi biến cố 30 tháng 4 đến, tách đôi hai thế giới của họ.

Lành trong những ngày đầu không còn trường, bèn tụ họp đám trẻ quê dạy chữ ở nhà, sau này xã mở lại trường, cô tiếp tục đứng lớp. Những ngày đầu sau biến cố, Lành vẫn quen tay viết thư đều đặn, nét chữ nghiêng nghiêng trải kín mặt giấy học trò. Cô đem gửi ở bưu điện, chờ đợi. Nhưng rồi cả tháng, cả năm, chỉ thấy chú bưu tá lắc đầu: "Không có thư ngoại quốc đâu, cô giáo! Đường thư bây giờ... như đường nước lũ, chẳng biết trôi dạt hướng nào".

Những lá thư đi mà chẳng thấy thư về, từng phong bì khép lại cũng giống như một cánh cửa khép dần, để lại sau lưng cô là khoảng lặng mênh mông.

Ở bên kia, Thức cũng viết. Anh ngồi co ro trong căn phòng thuê nhỏ xíu. Những lá thư vừa viết xong còn ấm mùi mực, hôm sau đã nằm trong thùng thư lạnh lẽo. Anh gửi đi nhiều lần, lúc đầu còn hồi hộp đếm từng tuần, sau này chỉ còn đếm mùa. Một mùa đông qua, một mùa hè đến. Rồi đông, rồi hè... Có phong bì bị trả lại, dập dấu đỏ chói lòa như một vết dao chém ngang ký ức. Có phong bì mất hút, chẳng để lại dấu vết gì, như thể bị nuốt chửng giữa hai nửa thế giới.

Còn Lành, trong những đêm nằm nghe ếch kêu ngoài ao, vẫn tự hỏi: "Có khi nào người ta đã quên? Hay là thư viết tới, nhưng bị bàn tay của người nào đó chặn lại, rơi vào giữa những ngăn kéo không ai mở?"

Nỗi chờ đợi dần biến thành một thói quen lặng lẽ mà vô vọng, như tiếng nước sông mùa lũ: không ai nhìn thấy tận nguồn, chỉ biết nó vẫn chảy mãi.

Mãi nhiều năm sau, vào một chiều cuối năm, Lành nhận được một phong thư đi lạc rất lâu mới đến. Nét chữ quen thuộc, run nhưng vẫn chắc: "Anh vẫn còn đây, và vẫn nhớ. Thời thế khiến anh chưa về được. Nhưng chắc chắn sẽ có ngày! Hãy tin: khi nước rút, cầu lại nổi..."

Lành ôm lá thư vào ngực, đứng bên cầu. Hôm ấy, nước sông hiền lạ, bèo dạt chậm rãi như cố nán lại...

Cầu Chìm vẫn còn đó, mỗi ngày vẫn nổi rồi lại chìm - như cơn triều lên triều xuống. Nó như chứng nhân cho bao lớp người, bao nỗi đau và niềm tin gửi lại.

* * *

Thời gian lặng lẽ trôi - dễ chừng đã hơn mười năm.

Cầu Chìm giờ đã được xây cao, lúc thủy triều lên cầu không còn chìm nữa, nhưng người dân trong vùng vẫn quen miệng gọi bằng tên cũ. Người ta bảo: cái gì từng chìm, khi nổi lại sẽ quý giá và bền bỉ hơn. Hệt như những cây gỗ tốt phải ngâm nước lâu mới thành gỗ quý để biến thành những chiếc tủ thờ... ở xưởng gỗ bác thợ mộc Cần trong làng thuở xưa.

Một buổi trưa nước sông dâng vàng đục, bà Tư già theo thói quen rót tô nước chè tươi mời cô giáo Lành, nhìn ra cầu mà buột miệng nói:

- Sáng nay thấy có ông khách lạ đứng lơ ngơ giữa cầu, dáng quen lắm. Ổng cứ đi lui đi tới, tìm người hỏi thăm xóm làng mình và nhắc cảnh Cầu Chìm xưa...

Lành nghe mà hai tay bưng bát nước chè bỗng run run. Nàng linh cảm có một điều gì đang xảy đến, thấy tim mình đập dập dồn như tiếng trống trường trung học năm cũ.

Chiều xuống, sau giờ dạy cô ra cầu. Nước quẩn quanh những cột đá, bèo dạt từng mảng, gợi nhớ bao mùa trôi nổi. Gió hun hút. Cô đứng đó, ý chỉ để chờ một bóng dáng.

Và rồi, ở đầu bên kia cầu, có người đàn ông đi tới. Dáng cao, hơi khom, tóc đã điểm bạc. Lành nhắm mắt, sợ nhầm. Nhưng khi tiếng gọi khẽ cất lên, quen đến nhói tim:

- Lành...A n h a n h... đi tìm em khắp.

Cô mở mắt. Thức đứng đó, rõ ràng như chưa từng rời đi. Khoảnh khắc ấy, thời gian như vỡ bùng ra. Bao nhiêu năm chờ đợi, bao nhiêu lá thư thất lạc, bao mùa nước ngập... bỗng tan vào một cái nắm tay. Nước chảy xiết dưới gầm cầu, và bốn bàn tay nắm chặt không buông.

Từ trong quán, bà Tư già nheo mắt nhìn ra, bất giác cười rồi nói lớn:

- Ủa, cầu chừ đã cao rồi, còn nắm tay chi nữa?

Lành quay sang, ánh mắt rạng rỡ, bàn tay vẫn không rời:

- Dạ... tuy cầu cao, người nổi, nhưng muốn không trôi thì vẫn phải nắm chặt tay.

Tiếng cười của bà cụ lẫn vào gió.

Chiều muộn, nắng rót vàng xuống mặt sông. Bóng hai người chập lại, kéo dài trên nền nước. Thức khẽ thì thầm, giọng run nhưng vững:

- Anh đã đi, tưởng sẽ trở về như con thuyền chở đầy. Về rồi mới hiểu... đầy hay vơi không phải việc chính. Quan trọng là tìm đúng bến.

Lành mỉm cười, đôi mắt long lanh ánh nước:

- Dạ, anh đã về đến bến - bến xưa. Và... bến vẫn đợi thuyền.

Họ đứng lặng, tay siết chặt tay. Nước dưới cầu dâng vàng đục, bèo dạt từng mảng, cứ như đang trôi theo nhịp tim rối bời của hai người. Thức nhìn xuống dòng sông, giọng nghèn nghẹn:

- Ngày xưa ta có lần hẹn, khi nước rút, cầu lại nổi thì mình gặp nhau. Hôm nay cầu đã nổi... và anh cũng vậy...

Lành ngước nhìn, đôi mắt hoe hoe đỏ, nhưng rạng sáng:

- Cầu Chìm không mất, chỉ ẩn đi khi triều dâng. Tình yêu của mình cũng thế, có lúc tưởng chìm nhưng vẫn còn đấy, chỉ chờ ngày nổi lại thôi. Và hôm nay...

Một cơn gió thổi qua, đám bèo dưới sông khẽ xoay vòng, từng sợi rễ nhỏ bện chặt vào nhau như cố níu giữ. Cây cầu bây giờ vững chãi bằng bê tông cốt thép, nhưng khoảnh khắc này, cả hai đều biết rõ: Cái giữ họ khỏi trôi đi không phải nhịp cầu, mà chính là bàn tay đã từng quyện chặt vào nhau trong một mùa nước xiết./.

Kiel, đầu thu 2025

Mong Manh Một Hơi Thở

Những Suy Niệm

Giữa ranh giới của Mất và Còn
có một biên địa mỏng như tơ khói,
nhỏ bé đến mức chỉ vừa bằng thời gian một hơi thở -
hít vào, rồi thở ra.

Vậy mà trong khoảnh khắc tưởng như hư ảo ấy,
trái đất vẫn quay tròn giữa ngân hà,
biển vẫn thì thầm bên bờ cát trắng,
ánh sáng vẫn rong ruổi tìm đôi mắt chưa khép,
và ta - vẫn còn bên nhau.

Một hơi thở,
như tôi và em cùng thở vào, rồi thở ra -
mong manh như sương mai tan trên đỉnh tóc,
và nặng như định mệnh của thế giới.
Nếu ta không kịp nhận ra rằng nó đang hiện hữu,
thì có lẽ chính khoảnh khắc ấy,
thế gian này sẽ rạn vỡ vào hư không.

Một hơi thở -
chỉ vỏn vẹn 5 đến 6 giây đồng hồ,
nhưng trong chừng ấy thời gian,
trái đất đã lướt thêm gần 150 cây số quanh mặt trời,
và tự xoay quanh mình 140 km. dưới gót chân trần.

Nếu hơi thở ấy bỗng dưng tan biến,
mọi quán tính sẽ đứt gãy,

thành phố sẽ bật tung như tro bụi,
biển nhấn chìm cả dãy núi cao ngàn năm,
và trái đất sẽ thét lên lần cuối cùng
bên bờ vực của câm lặng vĩnh cửu.
Sóng thần cuồng nộ sẽ nuốt trôi lục địa,
núi lửa sẽ thổn thức không báo trước,
mọi châu lục sẽ vỡ đôi như vỏ trứng buổi ban mai.

Một hơi thở -
chỉ dài bằng một cái chớp mi,
vậy mà trong đó
hơn 17 triệu email vừa được gửi đi,[1]
hàng nghìn nhịp đập kinh tế, chính trị,
khoa học kết nối năm châu lục.

Nếu hơi thở ấy vụt mất,
mọi lời hứa sẽ bị gió cuốn tan vào tĩnh lặng,
mọi dự tính sẽ hóa tro tàn trong ý nghĩ chưa thành.
Và trái tim của nền văn minh
sẽ đóng băng trong một nhịp ngừng đập,
thị trường rối loạn,
giao dịch tắt lịm như đom đóm cuối hè,
trái đất mất phương hướng
chỉ trong một khoảnh khắc chệch nhịp tim người.

Một hơi thở -
như tôi và em đang lặng lẽ bên nhau,
vậy mà đã có 300 cánh chim sắt xé gió bầu trời,[2]
chở theo bao mộng ước, bao cánh thư, và lời hẹn chưa tròn.
Nếu hơi thở ấy lặng đi không dấu vết,
bầu trời sẽ biến thành nghĩa địa
cho những giấc mơ đang bay,

[1] Ước tính theo Internet Minute 2023

[2] Flightradar24 2023

máy bay sẽ mất hướng giữa tầng không,
những hành trình sẽ mãi không về bến bờ mong đợi.
Rồi cả hệ thống toàn cầu sẽ ngưng trệ -
những cuộc hội ngộ dang dở mãi mãi không lời khép lại.

Một hơi thở - 5-6 giây thầm lặng,
vậy mà đã có hơn 380.000 video bật lên,
ký ức được khắc vào dòng thời gian số hóa.

Nếu hơi thở ấy hóa thành hư vô,
mọi tiếng cười sẽ dội vào hư không không người nghe,
mọi câu chuyện sẽ đứt gãy trong lớp sương dày,
và thế giới sẽ trở thành mộ phần
cho những điều chưa kịp nói ra.

Thông tin sẽ đứt đoạn,
tín hiệu cứu nguy không bao giờ đến tay kẻ cần,
cả nhân loại sẽ lạc nhau trong mê lộ không lời.

Một hơi thở -
vậy mà đã có 15 hài nhi vừa cất tiếng khóc đầu đời,
và 9 phận người lặng lẽ từ biệt cõi nhân gian.
Nếu không còn hơi thở ấy,
sự sống và cái chết sẽ treo lơ lửng nơi ngã ba sương mù,
khai sinh và khai tử không còn ranh giới -
chỉ còn làn khói mỏng run rẩy giữa hai bờ vực thẳm.

Rồi bệnh viện sẽ hóa thành chốn tĩnh mịch,
khu sơ sinh lạnh như ngôi nhà không ai ở,
người hấp hối không thể khép mắt,
sống chết chen lấn nhau giữa cõi hỗn mang không lối ra.

Một hơi thở -
chở hơn 5 triệu tin nhắn vượt qua cáp ngầm,
lời yêu, lời chia ly, lời hỏi han, lời tha thứ...

Nếu hơi thở ấy chẳng còn,
mọi âm thanh sẽ lặng như đá ngủ trong lòng biển,
mọi hứa hẹn tan thành sương khói
chưa từng chạm tim người.

Và rồi,
nhân loại sẽ lạc mình trong cơn mê dài không ánh sáng,
những người thân không còn tìm thấy nhau,
yêu thương hóa thành tượng đá
đứng lặng giữa những khoảng cách vô thanh.

Một phút -
có đúng 60 giây,
cũng là thời khắc cho 10 hơi thở mong manh.
Mình đã có bao nhiêu phút như thế trôi qua trong đời?
Và còn bao nhiêu hơi thở sẽ đến với chúng ta nữa?

Có khi chỉ cần một phút,
chỉ cần một hơi thở thật mong manh,
cũng đủ để giữ gìn thế giới này khỏi rơi vào quên lãng.

Hãy nhìn thẳng vào sự sống,
nắm tay người đang ở bên ta,
mỉm cười với cuộc đời,
và nói những lời chân thành yêu thương.

Đừng đợi đến lúc
thở vào mà không thở ra - hoặc ngược lại.
Vì cuộc sống...
sẵn có trong một hơi thở./.

HẬU TỪ

Những trang sách xin gấp lại ở đây, không phải vì đã nói hết, mà vì đã nói đủ cho một hơi thở.

Những trang trước là gió, là lá, là người, và sau cùng là những câu chuyện đã đi qua. Mấy dòng chữ đó không nhằm giải thích hay biện minh cho cuộc sống, chỉ thử đứng bên đời một lúc, nhìn đời trôi qua, và lắng nghe...

Nếu khi gấp sách lại, bạn còn giữ được một điều nhỏ nhoi gì đó, thì mong đó không phải là một ý niệm, cũng không phải là một kết luận. Chỉ là một khoảnh khắc rất khẽ - như khi người chợt nhận ra mình vẫn đang thở, giữa những ngày tưởng như đã quên điều ấy.

Cảm ơn bạn đã cùng đi đến tận đây.

Nếu một ngày nào đó muốn quay về, cuốn sách này vẫn ở đó - lặng lẽ, không hỏi han, không thúc giục.

Xin chào bạn.

Và cầu chúc đêm ngày sáu thời thường an lành./.

LỜI BẠT

Nguyên Minh Nguyễn Minh Tiến

Trong hơn 200 trang sách, Văn Công Tuấn ôm vào lòng cả đất trời, cỏ cây nắng gió cùng sự sống trong tương quan với con người, và cả những mẩu chuyện người chuyện đời như xa như gần, cho đến những chuyện tình mộc mạc chất phác giản dị, tưởng như bất cứ ai cũng đã từng được nghe qua đâu đó... Tất cả những điều đó được anh trình bày xoay quanh sự *mong manh của một hơi thở*, mà suy cho cùng cũng chính là mong manh của một kiếp người.

Và trong kiếp người mong manh đó, khi nhìn vào cuộc sống anh không đứng từ góc độ bàng quan. Người đọc có thể tán thành hoặc không tán thành với những gì anh viết, nhưng điều chắc chắn là sẽ có một sự đồng cảm ở mức độ nào đó, bởi những gì anh nhìn, anh viết, vốn không hề xa lạ với cuộc sống này. Chỉ có điều, anh đang kể sự việc theo cách của riêng anh.

Điều này thể hiện rõ ngay từ những trang viết đầu tiên, kể về công chúa Da-du-đà-la. Anh đã biến nhân vật trong Phật sử này thành một phụ nữ đời thường nhưng cũng rất siêu việt, với tất cả những yếu mềm khổ đau trần tục của một người đang yêu sớm phải chịu cảnh chia ly, nhưng cũng vô cùng vĩ đại khi là người đầu tiên trong nhân loại nhận ra và tán trợ cuộc hành trình tìm cầu giác ngộ của Thái tử Tất-đạt-đa. Hẳn có ai đó sẽ cho rằng anh đang suy diễn câu chuyện với tâm phàm tục, nhưng tôi vẫn thích cách hư cấu nhẹ nhàng của anh. Có thể câu chuyện của anh chẳng giúp ta hiểu ra thêm được điều gì mới mẻ, nhưng nó thực sự mang lại sự đồng cảm sâu xa với những cảm xúc, những tình cảm rất thật của một con người, ngay cả khi đó là một con người được ghi chép trong Phật sử.

Và rồi dưới ngòi bút dung dị của tác giả, không chỉ sự mong manh của một kiếp người, mà dường như của hết thảy những gì hữu hình trong vũ trụ này cũng dần dần được phơi bày. Anh kể về những con tàu lênh đênh trên biển, khi sự sống và cái chết đều mong manh chẳng khác gì nhau; về những cảm xúc cũng mong manh, ngụp lặn giữa biển âm thanh trong hành trình tìm kiếm chân thiện mỹ của người nhạc sĩ, hành trình mà anh gọi là đi *"từ hỗn loạn đến thức tỉnh"*; và anh cũng nhắc nhở chúng ta về một trái đất tưởng chừng như rất to lớn này, thật ra đang lơ lửng chênh vênh với độ nghiêng hơn một phần tư góc vuông. Anh bộc lộ những những ưu tư về thế giới hữu hình, như sự mất dần của những rừng cây, núi đá... cho đến những giá trị vô hình cũng đang ngày càng mai một trên quê hương như văn hóa đọc sách, khi tuổi trẻ trong thời hiện đại gần như không biết đến thú vui đọc sách...

Những độc giả khó tính hẳn có thể cho rằng Văn Công Tuấn đã "ôm đồm" khi muốn nói quá nhiều trong một tập sách mỏng. Nhưng có lẽ bản thân anh không quan tâm điều đó. Làm sao có thể không "ôm đồm" khi anh muốn ghi lại một nỗi lòng *"chất chứa nhiều ngổn ngang không thể nói hết"*? Nhưng anh đã nói rõ *"đây không phải là một cuốn sách để tìm câu trả lời"*, nên người đọc không cần và cũng không nên mổ xẻ phân tích cho hết từng con chữ của anh. Anh nói, *"có thể đọc từng đoạn, cũng có thể bỏ dở giữa chừng"*, và mong rằng mục đích của việc đọc như thế chỉ là để *"ở đâu đó giữa những dòng chữ, bạn chợt nhớ đến hơi thở của mình"*. Vì thế, việc anh chia sẻ những trang viết *"của một người đi chậm, nhìn lâu, và có đôi khi dừng lại quá lâu trước những điều tưởng như rất quen"* hẳn không nhằm mục đích cho ra đời một tác phẩm văn chương hoàn hảo. Thế nhưng, quả thật là *"đâu đó giữa những dòng chữ"* anh đã viết, ta có thể bất chợt bắt gặp *"những nốt lặng của khúc nhạc đời mình"*. Và phải chăng đó chính là lúc ta đồng cảm với tâm hồn người viết?

Điều thú vị là khi anh suy niệm về những thứ mong manh trong cuộc đời này để nhắc chúng ta rằng sự mất còn của sơn hà đại địa, cho đến văn minh cơ khí hay công nghệ, điện thư... hết thảy đều chỉ gói gọn trong khoảnh khắc của một hơi thở, thì ngay đó chúng ta bất chợt nhận biết rằng trong tất cả những điều mong manh đó, hóa ra hơi thở này của chúng ta lại là thứ bền bỉ, kiên trì nhất.

Chẳng phải vậy sao? Chính hơi thở này đã theo ta từ thuở sơ sinh cho đến tuổi cổ lai hy, vẫn cùng một cách thức vào ra không thay đổi. Chính hơi thở này đã luôn theo ta qua những thăng trầm, được mất, vui buồn sướng khổ trong suốt cuộc đời, chưa từng chia cách. Và cũng chính hơi thở này đã theo ta từ đông sang tây, đến bất cứ nơi nào trong đời sống, dù khi ta vất vả nhọc nhằn hay thảnh thơi an ổn. Trong bất kỳ hoàn cảnh nào, dù ở bất cứ đâu, khi ta còn nhận thức được về cuộc sống này thì hơi thở mong manh vẫn còn đó với ta... Ấy vậy mà chúng ta lại chẳng mấy khi nhớ đến hoặc nhận biết.

Cho nên, nếu *"ở đâu đó giữa những dòng chữ, bạn chợt nhớ đến hơi thở của mình"* thì điều đó đã quá đủ để là một món quà quý giá dành cho người đọc. Bởi vì *"nhớ đến hơi thở của mình"* chính là bước đầu tiên để nhận thức đúng về bản chất đời sống, để có thể xua tan đi những ảo tưởng mặc định của hầu hết chúng ta về một cuộc đời tưởng như luôn bền chắc và ổn định... Những oán hờn ganh ghét, những tranh chấp đúng sai hay được mất hơn thua trong cuộc đời này, ngay khi ấy sẽ không còn nhiều ý nghĩa, vì chúng ta nhận ra một sự thật là, giới hạn của tất cả những điều ấy chưa bao giờ vượt qua được giới hạn của một hơi thở. Ngay khi hơi thở mong manh này chấm dứt, cả vũ trụ mênh mông này còn không tồn tại đối với ta, huống chi là những thăng trầm vinh nhục...

Và chúng ta sẽ mang theo được gì khi đi qua giới hạn mong manh của một hơi thở vừa dừng lại? Câu trả lời là sẽ không có gì cả! Cho nên, những gì ta thực sự "có được", chỉ có thể là niềm vui sống ngay trong khoảnh khắc này, khi ta còn tồn tại với hơi thở vào ra. Và may mắn thay, niềm vui đó không quá khó khăn để đạt được với những ai mở lòng thương yêu. Vì thế, Văn Công Tuấn đã gần như kết lại tập sách với một chia sẻ chân thành. Một cách giản dị, anh khuyên chúng ta hãy *"mỉm cười với cuộc đời và nói những lời chân thành yêu thương"*.

Và điều quan trọng nhất là, hãy yêu thương ngay khoảnh khắc này, khi ta vẫn còn đang tận hưởng cuộc sống quý giá, và *"đừng đợi đến lúc... ..."*.

Mong sao, dù với những bộn bề của cuộc sống, độc giả của sách này có lúc cũng sẽ *"chợt nhận ra mình vẫn đang thở, giữa những ngày tưởng như đã quên điều ấy"*. Và chỉ *"một khoảnh khắc rất khẽ"* như thế thôi, hẳn cũng đã đủ để cho chúng ta một cơ hội chạm tay vào hạnh phúc rất thật trong cuộc đời này.

Cuối cùng, xin mượn lời anh để cầu chúc tất cả quý độc giả *"đêm ngày sáu thời thường an lành"*.

Trân trọng,

Nguyễn Minh Tiến

www.ingramcontent.com/pod-product-compliance
Lightning Source LLC
LaVergne TN
LVHW060252051026
849517LV00005B/1784
9798295513077